AF518481

INSIGHT PUBLICA®

INSIGHT PUBLICA

Nadakkave, Kozhikode, Kerala
www.insightpublica.com
e-mail: insightpublica@gmail.com

Foreign Nurungukal

(Malayalam Stories)

Moidu. E. V

First Edition: September 2016
This Edition: November 2021

ISBN 978-93-85899-50-8
Illusttration: Moidu E.V

ഫോറിൻ നുറുങ്ങുകൾ

മൊയ്തു ഇ.വി.

INSIGHT PUBLICA®

കേരളാ സ്കൂൾ ഓഫ് ആർട്സിൽ നിന്നും രണ്ട് വർഷത്തെ ചിത്രകലാ പഠനം പൂർത്തിയാക്കി. വിവിധ ഗൾഫ് നാടുകളിൽ ചിത്രകാരനായി 20 വർഷക്കാലം ജോലി ചെയ്തു.

ഇപ്പോൾ കോഴിക്കോട് ജില്ലയിലെ കുറ്റ്യാടിയിൽ ബിസിനസ്സ് ചെയ്യുന്നു.

ഭാര്യ: സാഫിയ.
മക്കൾ: ആദിൽ, ഷാനിദ്
വിലാസം: മാവുള്ള പറമ്പത്ത് വീട്, കുറ്റ്യാടി പി.ഒ 673508
email: moiduev@gmail.com

മൊയ്തു. ഇ.വി

പ്രവാസ ജീവിതത്തിന്റെ അസ്വസ്ഥതകൾക്കും ആനന്ദങ്ങൾക്കുമിടയിൽ മൊയ്തു വരച്ച വരയും കുറിപ്പുകളും ചേർന്നതാണ് ഫോറിൻ നുറുങ്ങുകൾ എന്ന് പേരിട്ടിരിക്കുന്ന ഈ കൃതി. ഓരോ നുറുങ്ങുകളും ജീവിതാനുഭവത്തിന്റെ നിറം പിടിപ്പിച്ചുകൊണ്ടാണ് അയാൾ മനോഹരമാക്കുന്നത്. തൊങ്ങലുകളൊന്നുമില്ലാതെ എഴുതിയ ഈ കുറിപ്പുകളിൽ ഒരു സഹൃദയ മനസിന്റെ ആകുലതകളും വേദനകളും കാണാം.

ചിത്രംവര എന്നതുപോലെ താൻ കണ്ട കാര്യമില്ലാ കാഴ്ചകളിലെ കാര്യങ്ങളെ നുറുങ്ങുകളായി അവതരിപ്പിക്കുമ്പോൾ അത് മറ്റ് ചില ജീവിതചിത്രങ്ങളായി മാറുന്നു. അവകാശവാദങ്ങളൊന്നുമില്ലാതെ മൊയ്തു എഴുതിയ ഈ നുറുങ്ങുകൾ നിങ്ങളുടെ വായനക്കായി സമർപ്പിക്കുന്നു.

ഇൻസൈറ്റ് പബ്ലിക്ക

ഉള്ളടക്കം

സരസ്വതീരാഗം 11
ബെഡ്ബഗ്ഗ് 13
മദ്യനയം 15
കോലങ്ങൾ 19
കാസർഗോഡ് എംബസി 21
കാത്തിരിപ്പ് 23
പെപ്സി 25
ഓർമ്മകൾ 27
പട്ടാണിക്കു കിട്ടിയ പട്ടിക 29
തിളക്കമുള്ള രാത്രികൾ 31
ഐഡിയ 33
അറബിയും മജീദും 35
തെക്കും വടക്കും 37
കാറ്റേ നീ വീശരുതിപ്പോൾ 39
നാണു ഫിറ്റാണ് 41
ഗദ്ദാമ 43
പ്രൊഫഷണൽ ടച്ച് 45
പൊല്ലാപ്പ് 47
ജയിലിലെ ഓർമ്മകൾ 49
ഇളം നോവുകൾ 51
ഒരു പൈങ്കിളിക്കഥ 53
പഞ്ചാബി ഹലുവ 55
സ്വപ്നങ്ങൾ 57
നടനം 59
പരിണാമം 61
അറബിപ്പെണ്ണും ബാബുവും 63
കല്ലിനുമുണ്ടൊരു കഥ പറയാൻ 64

സരസ്വതീരാഗം

എല്ലാവരും ഒരേ നാട്ടുകാരായ ദുബായിലെ ഞങ്ങളുടെ റൂമിൽ വ്യാഴാഴ്ച രാത്രി പന്ത്രണ്ടു മണിക്ക് വാശി മൂത്ത ഒരു തർക്കം.

വിഷയം ഇതാണ്.

ചന്തമ്മന്റാടത്തെ കോണിക്കലുള്ള പൂവ് ചെമ്പകമോ അതോ കോളാമ്പിയോ.?

അരമണിക്കൂർ ഒച്ച വെച്ചിട്ടും ആരും വിട്ടു കൊടുക്കുന്നില്ല.

ബഹളം മൂത്ത് കയ്യാംകളിയിൽ എത്തുമെന്നായപ്പോൾ റഷീദ് സ്വന്തം മൊബൈലെടുത്ത് നാട്ടിലുള്ള കഥാനായകൻ ചന്തമ്മന്റെ അയൽവാസി കുഞ്ഞബ്ദുല്ല ഹാജിയുടെ വീട്ടിലേക്ക് വിളിച്ചു. നാട്ടിൽ സമയം ഒന്നേമുപ്പത്. ഞെട്ടി എണീറ്റ് ഫോണെടുത്തത് കുഞ്ഞോളാജി [illegible]. ''ഹലോ ആയ്യാറെ ഇത് ഞാനാ മൂസേന്റെ മോൻ റഷീദാ..''. എന്തോ അത്യാഹിതം സംഭവിച്ചോ പടച്ചോനേ എന്ന പേടി ഉള്ളിലൊതുക്കി ഹാജി ചോദിച്ചു, ''എന്താ മോനേ റഷീദേ ഈ നേരത്ത്.''

''ആയ്യാറെ ചന്തമ്മന്റാടത്തെ കോണിക്കലുണ്ടാകുന്ന പൂ ഏതാന്നറിയാൻ ബിളിച്ചതാ.''

ഇതു കേട്ടതും സർവനിയന്ത്രണവും വിട്ട ഹാജി ശുദ്ധമായ സരസ്വതീ രാഗത്തിൽ 'ഇന്റെ ഉപ്പ മൂസേനോട് ചോയിക്ക്.....'

തുടരും....

ബെഡ്ബഗ്ഗ്

ദേരാ ഗോൾഡ് സൂക്കിനടുത്ത് പന്ത്രണ്ട് പേരുള്ള ബാച്ചിലർ റൂമിലെ പുതിയ മെമ്പറാണ് മുനീർ. ഇന്നൊരു ദിവസം ഉണരാൻ പത്ത് മിനിറ്റോളം വൈകിയപ്പോൾ ബാത്ത്റൂമിൽ തനിക്കായ് അവശേഷിക്കുന്ന അഞ്ച് മിനിറ്റിലേക്ക് പ്രഭാതകൃത്യങ്ങൾ സംഗ്രഹിച്ചിരിക്കുകയാണ് മുനീർ എന്ന ബിസിനസ് എക്സിക്യൂട്ടീവ്.

പരന്നൊട്ടിയ ടൂത്ത്പേസ്റ്റ് ട്യൂബിലൂടെ അവസാന ശ്രമമെന്നോണം വിരലുകൾ അമർന്ന് നീങ്ങുമ്പോൾ, ഇന്ന് തീർച്ചയായും പുതിയതൊരെണ്ണം വാങ്ങിയിരിക്കും എന്ന ദൃഢനിശ്ചയം ഇന്നേക്ക് നാലാം ദിവസത്തിലേക്ക് കടന്നിരിക്കുന്നു. പ്രകൃതി സ്വയം തിളപ്പിച്ചു നൽകുന്ന പൈപ്പുവെള്ളത്തിൽ നിന്നും പെട്ടെന്നു തന്നെ കരകയറി.

തന്റെ വെള്ളഷർട്ടും കറുപ്പ് പാന്റും പിന്നെ ടൈയും കെട്ടി പുറത്തേക്കിറങ്ങാനുള്ള തിടുക്കത്തിൽ ഇടനാഴിയിലെ വാതിലിനടുത്ത് കുനിഞ്ഞുനിന്ന് ഷൂസിന്റെ ലെയ്സ് കെട്ടുമ്പോൾ അനാഥമെന്നോണം മുഷിഞ്ഞു നാറുന്ന കുറേ ഷൂസുകളിൽ നിന്നും സോക്സുകളിൽ നിന്നും നിർഗ്ഗമിക്കുന്ന ദുർഗന്ധത്തിന്റെ മനം മടുപ്പിൽ മുനീർ റോഡിലേക്കോടി, ടാക്സികൾക്കു കൈകാണിക്കാൻ തുടങ്ങി.

ഇത് ഓഫീസ് സമയമാണ്. മിനിറ്റുകൾ വൈകുന്തോറും യാത്രക്കാരുടെ എണ്ണവും പെരുകി വന്നു. രാവിലത്തെ പുഴുങ്ങുന്ന ചൂടിൽ നടപ്പാതയിൽ നിൽക്കുന്ന മുനീർ പിന്നെ റോഡിലേക്കിറങ്ങി. ഒരു ട്രാഫിക് പോലീസിനെപ്പോലെ നിയന്ത്രണം ഏറ്റെടുത്തിരിക്കുന്നു.

അൽപ്പം വൈകിയെങ്കിലും ഭാഗ്യം കനിഞ്ഞു. ഒരു ഷെയറിംഗ് ടാക്സി കിട്ടി. പിൻസീറ്റിലിരിക്കുന്ന ഇംഗ്ലീഷ്കാരനോട് ചിരിച്ചുകൊണ്ടൊരു ഗുഡ്മോണിംഗ് പറഞ്ഞു. മറുപടിയെന്നോണം എനിക്കു നേരെ കൈ ചൂണ്ടി സായിപ്പ് പറഞ്ഞു. 'ബെഡ്ബഗ്ഗ്'. ഏതോ നന്ദിവാക്കാണെന്ന് കരുതി ഞാൻ പ്രസന്നഭാവത്തിൽ തലയാട്ടി.

കടയിലെത്തിയപ്പോൾ തന്റെ കൂടെ ജോലി ചെയ്യുന്ന ഫിലിപ്പൈനി സുന്ദരിയും തനിക്കു നേരെ കൈ ചൂണ്ടിക്കൊണ്ട് കൗതുകത്തോടെ പറഞ്ഞു 'ബെഡ്ബഗ്ഗ്'. എന്റെ പ്രതികരണം വീണ്ടും ഒരു പുഞ്ചിരിയിൽ ഒതുങ്ങി. പിന്നീടവൾ ചെയ്തത് എന്റെ ഷർട്ടിന്റെ കോളറിലൂടെ വിലസുന്ന ചോര കുടിച്ച് വീർത്തൊരു മൂട്ടയെ ടിഷ്യൂപേപ്പർ ഉപയോഗിച്ച് നുള്ളിയെടുത്ത് കാണിച്ചു തരികയായിരുന്നു.

അങ്ങനെ മുനീർ പുതുതായി ഒന്നുകൂടി പഠിച്ചു 'ബെഡ്ബഗ്ഗ്'.

മദ്യനയം

മലബാറിന്റെ കിഴക്കൻ മലയോരത്ത് ജനിച്ചുവളർന്ന നബീൽ എന്ന സൈൻബോർഡ് എഴുത്തുകാരൻ ഇപ്പോൾ വലിയ ധനികനായ അഡ്വേർടൈസിംഗ് മുതലാളിയായി പരിണമിച്ചിരിക്കുന്നു.

തിരക്കുപിടിച്ച അബുദാബി നഗരത്തിനുള്ളിൽ നാലു ചുമരുകളാൽ തളയ്ക്കപ്പെട്ട ഫ്ളാറ്റ് ജീവിതത്തിൽ നിന്നും വീണുകിട്ടുന്ന ഒരാഴ്ചത്തെ ഒഴിവു ദിനങ്ങൾ ആഘോഷിക്കാൻ കുടുംബത്തെയും കൂട്ടി പൊക്കിൾ കൊടി തേടിയൊരു യാത്ര.

മഴയേയും നനഞ്ഞ മണ്ണിനേയും വെറുക്കുന്ന മക്കൾ രണ്ടുപേരും ചേർന്ന് അത്യുച്ചത്തിലാക്കിയ സ്റ്റീരിയോയുടെ കാതടിപ്പിക്കുന്ന അലോസരത്തോടെ എയർപ്പോർട്ടിൽ നിന്നും കിലോമീറ്ററുകൾ താണ്ടി എന്റെ തറവാട്ടിലേക്കുള്ള ഗ്രാമപാതയിലേക്ക് കാർ തിരിഞ്ഞിരിക്കുന്നു.

തറവാട്ടിന്റെ അയൽപക്കത്തുള്ള പുതിയ മാളിക വീടിനു മുന്നിൽ കാർ നിർത്തിയപ്പോൾ ഞങ്ങളുടെ അയൽവാസി എഴുപത് കഴിഞ്ഞ കദീശുമ്മ പ്രാദേശിക പാരമ്പര്യ രീതിയിലുള്ള വസ്ത്രധാരണവുമായി നിറചിരിയോടെ അടുത്ത് വന്ന് കുശലാന്വേഷണം നടത്തുമ്പോൾ കാൽനൂറ്റാണ്ട് മുമ്പുള്ള തീർത്താലും തീരാത്തൊരു കടപ്പാടിന്റെ ചിത്രങ്ങളാണെന്റെ മനസിൽ തെളിഞ്ഞു വരുന്നത്.

ഇരുപത്തിയഞ്ച് വർഷങ്ങൾക്ക് മുമ്പ് എന്റെ ചിത്രകലാ പഠനത്തിനു ശേഷം ജീവിതോപാധിയായി പരസ്യ കലാരംഗം തിരഞ്ഞെടുത്ത സമയം.

നമ്മുടെ ദേശീയ പാതകളുടെ ഇരു വശങ്ങളും ഇന്നുള്ളത് പോലെ തലങ്ങും വിലങ്ങും വലിച്ചു കെട്ടിയ പ്രകൃതിയോടിണങ്ങാത്ത ഫ്ളക്സ് മാലിന്യങ്ങളില്ലായിരുന്നു.

അന്ന് ഇരുവശങ്ങളിലും പടർന്ന് പന്തലിച്ച് നിൽക്കുന്ന തണൽ മരങ്ങളുടെ പച്ചപ്പിനപ്പുറത്ത് കെട്ടിടങ്ങളുടെ ചുമരുകൾക്കും വീടുകളുടെ മതിലുകൾക്കും കൊച്ചിൻ ബിനാലെയെക്കാളും വലിയ കലാവിന്യാസം അവകാശപ്പെടാനുള്ള കാലം

ബ്രഷും പെയിന്റും ഉപയോഗിച്ച് കലാകാരൻമാരുടെ കരവിരുതിൽ തീർത്ത വർണപരസ്യങ്ങളുടെ കലാചാരുത എങ്ങും തുടിച്ചു നിന്നിരുന്നു. അവ നമ്മെ അതിശയിപ്പിച്ചിരുന്നു.

നൂറ്റാണ്ടുകൾ പിറകോട്ടു പോയാൽ ഏകാധിപത്യത്തിന്റെ രാജഭരണ

കോവിലുകളിൽ ശില്പികൾക്കും, ചിത്രകാരൻമാർക്കും ഉണ്ടായിരുന്ന മുഖ്യപരിഗണനയ്ക്ക് സമാനമായി രണ്ട് പതിറ്റാണ്ടുകൾക്ക് മുമ്പ് വരെ അതായത് കമ്പ്യൂട്ടറുകളുടെയും, പ്രിന്റുകളുടെയും കടന്നു വരവിന് മുമ്പുവരെ വിപണന തന്ത്രങ്ങളിൽ പരസ്യകലാകാരൻമാർക്ക് നല്ലൊരു പരിഗണന ലഭിച്ചു പോന്നിരുന്നു. നൂറു ശതമാനം ജോലികളും കൈകൾ കൊണ്ടു ചെയ്തു പ്രദർശിപ്പിക്കുന്ന കാലത്താണ് എന്റെ കലാജീവിതം ആരംഭിക്കുന്നത്.

വലിയ ചുമർ പരസ്യങ്ങൾ വരക്കാനായി ഇനാമൽ പെയിന്റും ബ്രഷുകളുമായി ചായങ്ങൾ പുരണ്ട മുഷിഞ്ഞ വസ്ത്രങ്ങളുമണിഞ്ഞ്, മുളകൾ ഉപയോഗിച്ച് താൽക്കാലികമായി കെട്ടിയുണ്ടാക്കിയ ഉയരങ്ങളിൽ കയറി നിന്ന് പട്ടച്ചാരായത്തിന്റെ പിൻബലത്തിൽ (തൊണ്ണൂറുകളിൽ ഏ.കെ. ആന്റണി നിർത്തലാക്കിയ അതേ സാധനം തന്നെ) കീഴ്പ്പോട്ട് നോക്കിയാൽ ഭൂമി കറങ്ങുന്നുണ്ട് എന്ന യാഥാർത്ഥ്യം നേരിൽ കണ്ടറിഞ്ഞിരുന്ന കലാകാരന്റെ യൗവ്വനകാലം. മദ്യപാനത്തിന്റെ ദൂഷ്യഫലങ്ങളെക്കുറിച്ച് നല്ല ബോധമുണ്ടായിട്ടും ഒരു രസത്തിന് വേണ്ടിയെന്നോണം അതിങ്ങനെ തുടർന്നു പോന്നിരുന്ന തലതിരിഞ്ഞ പ്രായം.

പിന്നീടങ്ങോട്ട് ദശകങ്ങളായുള്ള ജീവിത യാത്രയിൽ വിവിധ വേഷങ്ങളും ദേശങ്ങളും താണ്ടിയെങ്കിലും ഇന്നും മനസിൽ മായാതെ നിൽക്കുന്ന, എന്നെ മാറ്റിമറിച്ച കാൽ നൂറ്റാണ്ട് മുമ്പുള്ള ഒരു രാത്രി. അന്ന് ജോലി കഴിഞ്ഞ് ക്ഷീണിതനായി തറവാട്ടിലേക്കുള്ള നാട്ടുപാതയിലൂടെ പെയിന്റിന്റെയും, വിയർപ്പിന്റെയും, മദ്യത്തിന്റെയും സമ്മിശ്രമായ ഗന്ധവും പേറി, കപടസദാചാരത്തോടുള്ള പുച്ഛം കാരണം മനസിൽ തോന്നുന്നത് പ്രവർത്തിക്കാനും വിളിച്ചു പറയാനും മടി കാണിക്കാതെയുള്ള നടത്തം.

പുല്ലും ഇലപ്പടർപ്പുകളും വളർന്ന ഇടവഴിയുടെ നടുവിലൂടെ രണ്ടടി വീതിയിൽ ചെമ്മണ്ണിന്റെ നിറമുള്ള മനുഷ്യചാലിൽ പാദങ്ങളുറപ്പിക്കാൻ കഴിയാതെ, തിത്തോം തകൃതോം നടന്നുള്ള വരവ്.

നേരം ഇരുട്ടി തുടങ്ങിയിരിക്കുന്നു. പ്രകൃതിക്കിപ്പോൾ തട്ടുകടയിലെ പൊരിച്ച എണ്ണയുടെ നിറം കൈവന്നതായി തോന്നി.

തറവാട്ടിലെ പൂപ്പൽ പിടിച്ച സിമന്റ് പടിയുടെ പടവുകൾ ചവിട്ടിക്കയറി മുകളിലെത്താനുള്ള ത്രാണിയില്ലാത്തത് കാരണം ഇരുളുറഞ്ഞ ഇടവഴിയിൽ തന്നെ ഇരിക്കേണ്ടി വന്നു.

അൽപ്പം അകലെയായി കിളിവാതിലുകൾ പോലുമില്ലാത്ത ഓലമേഞ്ഞ കട്ടപ്പുര. മണ്ണും മനുഷ്യരും തമ്മിലുള്ള ആത്മബന്ധം പോലെ ചെമ്മണ്ണിന്റെ തനിമയുള്ള ചുമരും. താഴെ കരിമെഴുകിയ തറയിൽ വിരിച്ച നിസ്ക്കാര പായയിലിരുന്ന് തൂവെള്ള നിസ്ക്കാര കുപ്പാ

യമണിഞ്ഞ് സർവ്വവും പ്രപഞ്ചനാഥനിലർപ്പിച്ച് ഈണത്തിൽ അതിമനോഹരമായി ഖുർആൻ പാരായണം ചെയ്യുന്ന എന്റെ അയൽവാസി കദീശുമ്മ. ഖുർആൻ പാരായണത്തിന്റെ താളത്തിൽ കദീശുമ്മ തലയാട്ടുമ്പോൾ ചിമ്മിണി വിളക്കിന്റെ വെട്ടം ഉമ്മയുടെ കണ്ണട ചില്ലുകളിൽ തട്ടി പ്രതിഫലിച്ച് ഒരു നേർരേഖയായ് ഇടയ്ക്കിടെ എന്നിലേക്കും കടക്കുന്നുണ്ടായിരുന്നു. വിജനതയുടെ നിശബ്ദതയെ ഭേദിച്ചുകൊണ്ട് ഈണത്തിലത് തുടരുകയാണ്.

നിർദ്ധനയും വിധവയുമായ ആ ഉമ്മയ്ക്ക് ഇരുപതിനും ഇരുപത്തിഅഞ്ചിനും ഇടയ്ക്ക് പ്രായമുള്ള രണ്ട് ആൺകുട്ടികൾ ഉണ്ട്. അവർ രണ്ടുപേരും ഞങ്ങളുടെ ഗ്രാമത്തിലുള്ള ഒരു ചായക്കടയിൽ ജോലി ചെയ്യുന്നു. തന്റെ പ്രിയ മക്കൾ ജോലി കഴിഞ്ഞു തിരിച്ചുവരുന്നതും കാത്തിരിക്കുന്ന മാതൃത്വത്തിന്റെ ഉത്സാഹവും പ്രതീക്ഷകളുമാണ് ഞാനീ കാണുന്നത്.

ലഹരിമൂത്ത് അന്ധകാരത്തിലിരിക്കുന്ന എന്റെ പാതിയടഞ്ഞ കണ്ണുകളും മനവും ഉണർന്നു ചിന്തിപ്പിക്കാനുള്ള ഹേതുവായിരുന്നു സ്വർണ്ണ ശോഭയുള്ള ആ കാഴ്ചകൾ. അതിനു ശേഷം കാൽ നൂറ്റാണ്ടിനിപ്പുറം ഇന്നേ വരെ ഞാൻ മദ്യമോ മറ്റു ലഹരി വസ്തുക്കളോ ഉപയോഗിച്ചിട്ടില്ല.

പച്ചപ്പുള്ള അന്നത്തെ നാട്ടുപാത വർഷങ്ങൾക്കിപ്പുറം വീതികൂട്ടി കരിനിറമാക്കിയിരിക്കുന്നു. ആ മാറ്റം കദീശുമ്മയുടെ ജീവിത വ്യവസ്ഥിതിയിലും കൈവന്നിരിക്കുന്നു. അവരുടെ രണ്ട് മക്കളും ഗൾഫിൽ പോയി സമ്പന്നരായിരിക്കുന്നു. കാലം മായ്ച്ചു കളഞ്ഞ കട്ടപ്പുരയുടെ സ്ഥാനത്ത് മോശമല്ലാത്ത കോൺക്രീറ്റ് വീട് തെളിഞ്ഞു വന്നിരിക്കുന്നു. എനിക്ക് വലിയൊരു പോസിറ്റീവ് എനർജി സമ്മാനിച്ച എന്റെ ജീവിതം മാറ്റിമറിക്കാൻ ഹേതുവായ ആ മാതാവിനോട് യാത്രപറഞ്ഞു. കാർ മുന്നോട്ട് നീങ്ങവെ നബീലിന്റെ മനസിൽ ഒരു ചോദ്യ ചിഹ്നം ബാക്കിയായിരുന്നു.

തീർത്താലും തീരാത്തൊരു കടപ്പാടാണെനിക്കുള്ളതെന്ന് ആ മാതൃത്വം അറിയുന്നുണ്ടോ.?

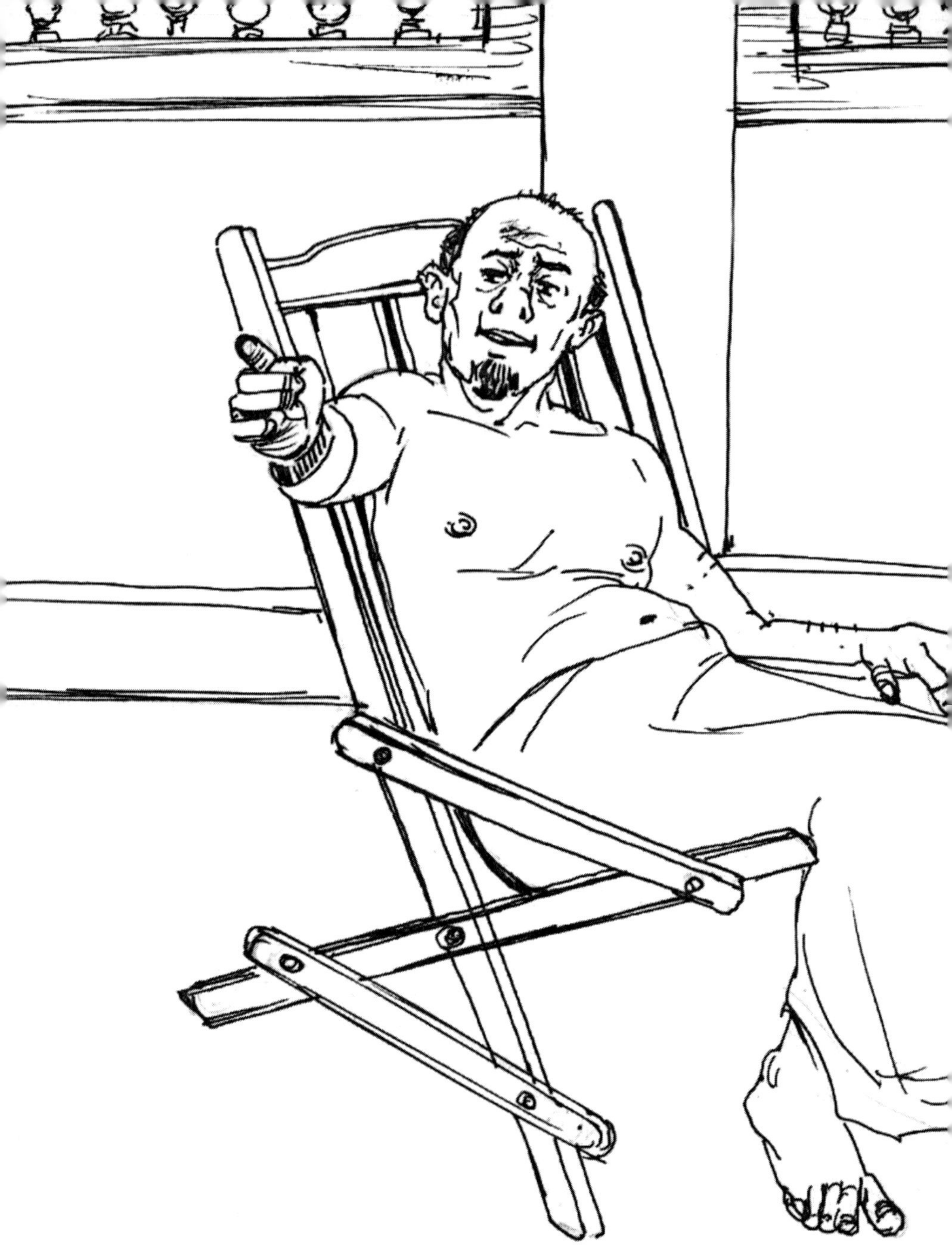

കോലങ്ങൾ

ദുബായ് നഗരത്തിൽ ചില്ലുകൊട്ടാരസമാനമായി ശീതീകരിച്ച ഓഫീസിലെ കറങ്ങുന്ന കസേരയിലിരുന്ന് അനായാസകരമായി ഗ്രാഫിക്സ് വർക്കുകൾ ചെയ്യുമ്പോൾ കഷ്ടതകൾ നിറഞ്ഞ ഭൂത കാലത്തിലേക്കൊന്ന് ഊളിയിട്ടു.

ഞാനും പിന്നെ ഉമ്മത്തൂർ ഹൈസ്കൂൾ ചിത്രകലാ അധ്യാപകൻ സത്യനും ചേർന്ന് ചുമർപരസ്യങ്ങൾ എഴുതി നടന്നിരുന്ന ഒരു കാലമുണ്ടായിരുന്നു. പാതയോരത്ത് നല്ല ദൂരക്കാഴ്ച കിട്ടുന്ന ചുമരുകൾ കണ്ടാൽ ആ കെട്ടിടത്തിന്റെ ഉടമയുടെ വീട് അന്വേഷിച്ചു കണ്ടുപിടിച്ച് ഒന്നോ രണ്ടോ വർഷത്തേക്കുള്ള വാടക കൊടുത്ത് കരാർ ഒപ്പിട്ടു വാങ്ങും. അതായിരുന്നു പതിവ്. ഒരിക്കൽ നാദാപുരം തലശ്ശേരി റോഡിലുള്ള ഒരു കെട്ടിടത്തിന്റെ മുതലാളിയും ഭൂവുടമയുമായ ഹാജിയുടെ ടൈലുകൾ പാകിയ നടയിലൂടെ മുറ്റത്തേക്ക് നടക്കുമ്പോൾ ദൂരെ കോലായിൽ ഒരു ചാരുകസേരയിൽ കാലുകൾ കയറ്റിവെച്ച് വിശ്രമിക്കുന്നത് മുൻപരിചയമില്ലാത്ത ഹാജി തന്നെയെന്നു മനസിലാക്കാം.

ഞങ്ങൾ നടുമുറ്റത്ത് എത്തി നിന്നു. ഏതോ ചിന്തയിലാണ്ട ഹാജിയോട് സത്യനാണ് പറഞ്ഞത്. ''ഞാക്ക് ചൊമര് മാണേനൂ''. ഇതു കേട്ടയുടനെ ഹാജി ഞങ്ങളെ ഒന്ന് സ്കാൻ ചെയ്തു. പിന്നെ അകത്തോട്ടു നോക്കി. 'പാത്തൂട്ടീ' എന്ന് നീട്ടി വിളച്ചപ്പോൾ ഏറെ പ്രതീക്ഷയോടെ ഞങ്ങളും വാതിൽ പടിയിലേക്ക് നോക്കി നിന്നു. താമസിയാതെ വലിയ പടികൾ കടന്നിറങ്ങി വന്നത് അറുപത് തോന്നിക്കുന്ന ഒരു ഉമ്മയായിരുന്നു. ചാരുകസേരയിൽ കിടന്നുകൊണ്ട് റാഡോ വാച്ച് കെട്ടിയ നിറയെ നരച്ച രോമങ്ങളുള്ള ഇടത് കൈ ഞങ്ങൾക്ക് നേരെ ചൂണ്ടിക്കൊണ്ട് 'ഇവരിക്ക് ചോറ് കൊടുക്ക്' എന്ന് കൽപ്പിച്ചു. 'ചൊമര്' എന്ന് പറഞ്ഞപ്പോൾ ഹാജി കേട്ടത് 'ചോറ്' എന്നാണ്. ഹാജിയെ കുറ്റം പറയണ്ട ഞങ്ങളെ കണ്ടാൽ അങ്ങിനെയേ തോന്നൂ.

പകച്ചുപോയ രണ്ടു കലാകാരന്മാർ. ചായങ്ങൾ പുരണ്ട വസ്ത്രങ്ങളും, ഇനാമൽ പെയിന്റിന്റെ ഗന്ധവും, വെയിലിന്റെ ചൂടുമേറ്റ് മെലിഞ്ഞുണങ്ങിയ സ്വന്തം കോലങ്ങളിലേക്ക് നോക്കിക്കൊണ്ട്, ഹരിശ്രീ അശോകൻ വിളിച്ചത് പോലെ നീട്ടി വിളിച്ചുപോയി. അമ്മ അമ്മോ....

കാസർഗോഡ് എംബസി

മാവേലി നാടുവാണിടും കാലം മാനുഷരെല്ലാരുമൊന്നുപോലെ.

പാടിപ്പതിഞ്ഞ ഈ വരികൾ പ്രായോഗികമാണെന്ന് സലീമിനു മനസിലായത് 1994ൽ ദുബായിലെ ഔട്ട് ജയിലിൽ വെച്ചാണ്. സമ്പന്നനും ദരിദ്രനുമില്ലാതൊരിടം. എല്ലാർക്കും ഒരേ ഭക്ഷണം. ഒരേ വസ്ത്രവും പാർപ്പിടവും. ജയിലിലെ ഇന്ത്യാക്കാരുടെ സെല്ലിലേക്കാണെന്നെ കൊണ്ടു പോകുന്നത് എന്നറിഞ്ഞപ്പോൾ അതിൽ മുക്കാൽഭാഗവും കാസർകോട്ടുകാരായിരിക്കും എന്നവനോർത്തില്ല. സഹതടവുകാരെ പരിചയപ്പെടുന്നതിനു മുമ്പേ തടവറയുടെ നാലു ചുമരുകളിലും പെന്നും പെൻസിലും ഉപയോഗിച്ച് കുത്തിവരച്ചു കൂട്ടിയ പരസ്യങ്ങളിലേക്കവൻ കണ്ണോടിച്ചു.

'നിങ്ങൾ ബോംബെയിൽ എത്തിയാൽ ഉടനെ വിളിക്കുക'

മമ്മുഞ്ഞിച്ച ട്രാവൽസ് ബോംബെ, ഫോൺ: 0123....

'ഞങ്ങൾ ഒരാഴ്ചക്കകം നിങ്ങളെ തിരിച്ചു ദുബായിലെത്തിക്കുന്നു'.

ഇങ്ങനെ പോകുന്നു പരസ്യവാചകങ്ങൾ. തന്നെ തന്നെ വ്യാജമായി ഉണ്ടാക്കാൻ സമർത്ഥരായ ഇവരൊക്കെ ജയിലിലെ പുതുമുഖങ്ങളല്ല. ഇന്നു നാട്ടിലേക്കു കയറ്റി വിട്ടാൽ അടുത്താഴ്ച വീണ്ടും ദുബായിൽ തിരിച്ചെത്തുന്നവരാണിവർ. ഇവരോടൊന്നിച്ചുള്ള സഹവാസത്തിനിടെ പരസഹായ സേവന രംഗങ്ങളിലും ഒറ്റകെട്ടായി ഇവർ മുന്നിൽ തന്നെയാണെന്നുള്ളത് അനുഭവത്തിലൂടെ സലീം തിരിച്ചറിഞ്ഞു.

കാത്തിരിപ്പ്

പുറത്തെ നിലാവെളിച്ചത്തിലേക്കു നോക്കിയിരുന്നുകൊണ്ട് അമ്മൂമ്മ അവളോടു പറഞ്ഞു. എത്ര നേരമായി കാത്തിരിക്കുന്നു. അടുക്കളയിലുള്ളത് ചൂടാറും മുമ്പ് മക്കൾക്ക് വല്ലതും കൊടുക്ക് അല്ലെങ്കിൽ അവരുറങ്ങും.

''വരാറുള്ള നേരമായമ്മേ.. വന്നിട്ടു പോരേ?''

കാത്തിരിപ്പ് ഇന്നവൾക്കൊരു പുതുമയല്ല. ചെറുപ്പം മുതലേ അവളുടെ സ്വന്തം വീട്ടിലും ഇങ്ങനെയൊക്കെ തന്നെയാ. ഇന്ന് ഉച്ചയ്ക്ക് പോകുമ്പോൾ വരാൻ ഇത്ര വൈകും എന്നവൾ കരുതിയതല്ല.

ചിലപ്പോൾ അങ്ങനെയാ. ഒരു കൃത്യനിഷ്ഠയില്ലാത്ത കളിയാണ്.

എല്ലാം പെട്ടന്നായിരുന്നു. മഠൾ വിളിച്ചുകൂവി. 'അമ്മേ കരണ്ടു വന്നൂ.''

പെപ്സി

ഓർമ്മകൾ 20 കൊല്ലം പിന്നോട്ടോടി. 1995 ൽ അതായത് പുതിയ കണ്ടുപിടുത്തങ്ങൾക്കും ഗവേഷണങ്ങൾക്കും മുതിരുന്ന പ്രായം. നാട്ടിൽ നിന്നും ആദ്യമായി ഒമാനിലെ റൂവി എന്ന പട്ടണത്തിൽ എത്തിപ്പെട്ട സമയം.

സുൽത്താൻ ഖാബൂസിന്റെ തലയുള്ള 100 പൈസയുടെ കടലാസ് നോട്ട് പെപ്സി വെണ്ടിംഗ് മെഷീനിൽ തിരുകി കയറ്റിയപ്പോൾ, ട്ടെ..ട്ടോ.. എന്നൊരു ശബ്ദം. കുനിഞ്ഞു നോക്കി. അടിയിലുള്ള പെട്ടിയിലതാ ഒരു തണുത്ത് നനഞ്ഞ പെപ്സി വീണു കിടക്കുന്നു. ഒരു നാട്ടിൻ പുറത്തുകാരൻ പയ്യൻ പകച്ചുപോകാൻ ഇതിലും കൂടുതൽ എന്തു വേണം. ഒരു കുരങ്ങിന്റെ കൗശലത്തോടെ പെപ്സി മാന്തിപ്പൊളിച്ച് മണത്തു രുചിച്ചു നോക്കി. ഇങ്ങനെയാണെങ്കിൽ കൊള്ളാമല്ലോ. മനസിലൊരു പുതിയ ലഡുപൊട്ടി. വന്നതിലും കൂടുതൽ സ്പീഡിൽ റൂമിലേക്ക് തന്നെ തിരിച്ചു വിട്ടു.

റൂമിൽ വെച്ച് ഒമാനിലെ 100 പൈസ നോട്ടിന്റെ അതേ വലുപ്പത്തിൽ കുറേ കടലാസുകൾ മുറിച്ചുണ്ടാക്കി. പുതിയ സ്വപ്നങ്ങളുമായി പെപ്സി മെഷീനടുത്തേക്ക് ഓടി. നാലുപാടും നിരീക്ഷിച്ചു. ആരും കാണുന്നില്ല എന്ന് ഉറപ്പു വരുത്തി, കീശയിലുള്ള ഒരു കടലാസെടുത്ത് മെഷീനുള്ളിലേക്ക് തിരുകിക്കയറ്റാൻ ശ്രമിച്ചു. വീണ്ടും ശ്രമിച്ചു. നോ രക്ഷ. എന്നാൽ 100 പൈസയുടെ നോട്ടെടുത്ത് മെഷീനിന്റെ ചുണ്ടിൽ വെച്ചപ്പോൾ ആർത്തിയോടെ ഊറ്റി കുടിക്കുമ്പോലെ നോട്ടിനെ വലിച്ചെടുക്കുന്നു.

അങ്ങനെ എനിക്കൊരു കാര്യം പിടികിട്ടി. ഈ ഭൂമുഖത്തുള്ള പലരും എന്നേക്കാളും ബുദ്ധിയുള്ളവരാണെന്ന്.

ഓർമ്മകൾ

ചിത്രകലയിലുള്ള അതിയായ താല്പര്യം കാരണം പത്തൊൻപതാം വയസിൽ തന്നെ ഞാൻ ചെന്നെത്തിയത് ഒമാനിലെ മസ്ക്കറ്റിലുള്ള ഒരു സൈൻബോർഡു കമ്പനിയിലായിരുന്നു. അവിടെ സ്കൂൾ കുട്ടികളുടെ ചാർട്ട് വരക്കുന്ന മറ്റൊരു കുട്ടിയായി ഞാനും കഴിഞ്ഞു കൂടവേ, രാവിലെ പത്തു മണിയായിട്ടും ഞങ്ങളുടെ പ്രധാന കലാകാരൻ സലീം എന്ന നൽപതുകാരനെ കാണാനില്ല. താടിയും മുടിയും നീട്ടി കുളിക്കാത്ത, പല്ലു തേക്കാത്ത, കഥകളിലും സിനിമകളിലും കാണുന്ന കലാകാരൻമാരുടെ അതേ രൂപമുള്ള സലീമിക്കയെ അന്വേഷിച്ചു താമസ സ്ഥലത്തേക്കു പോകാൻ കൂട്ടത്തിൽ ചെറിയവനായ എന്നെയാണ് മുതലാളി പറഞ്ഞു വിട്ടത്. കലാകാരന്റെ റൂം അന്വേഷിച്ചു അധികമൊന്നും കഷ്ടപ്പെടേണ്ടി വന്നില്ല. പാതി തുറന്നു വെച്ച വാതിലിലൂടെ വിദേശ മദ്യത്തിന്റെ സുഗന്ധം എന്നെ തഴുകി എത്തിയപ്പോൾ ഞാൻ അങ്ങോട്ടു കയറിച്ചെന്നു. നിലത്തു വിരിച്ച കാർപ്പെറ്റിൽ മലർന്നു വീണ സലീമിക്കയുടെ തലയ്ക്ക് സമീപം അധികം ആയുസില്ലാതെ കാൽ ഗ്ലാസ് മദ്യം അവശേഷിക്കുന്നുണ്ടായിരുന്നു. കിടന്ന കിടപ്പിൽ തല പൊക്കാൻ ശ്രമിക്കാതെ തന്നെ ആശാൻ എന്നോടു പറഞ്ഞു, ''കുട്ടീ ഒരു ദിവസമെങ്കിലും ഞാൻ ജീവിച്ചോട്ടെ പ്ലീസ് എന്നെ മുതലാളിത്വത്തിനു ഒറ്റിക്കൊടുക്കരുത്.''

മുപ്പതു വെള്ളി നാണയത്തിനു വേണ്ടി ജൂതപ്രമാണിമാർക്ക് ഒറ്റുകൊടുത്തവനാകാതെ ഒന്നും കാണാത്ത മട്ടിൽ ഞാൻ ഇറങ്ങി നടന്നു.

പട്ടാണിക്കു കിട്ടിയ പട്ടിക

പട്ടാളക്കാരന്റെ വീരകഥകളിൽ വെടിയുണ്ടകൾക്കുള്ള സ്ഥാനമാണ് ഗൾഫുകാരന്റെ കഥ പറച്ചിലിൽ പാക്കിസ്ഥാനിലെ പിഷാവാർ പ്രവിശ്യയിലെ 'പട്ടാണ്' എന്ന ഗോത്രവിഭാഗത്തിൽപ്പെട്ട ഞങ്ങളുടെ പട്ടാണികൾക്ക് മലയാളി പ്രവാസികളുടെ നിത്യജീവിതവുമായി അവർ അത്രയേറെ ബന്ധപ്പെട്ടുകിടക്കുന്നു.

ചില കാഴ്ച്ചകൾ നമ്മുടെ മനസിൽ ആഴ്ന്നിറങ്ങാറുണ്ട്. എത്ര കാലം കഴിഞ്ഞാലും മായാതെ കിടക്കുന്ന അത്തരത്തിലുള്ള ഒരു ഓർമ്മയാണ് ഞാനിവിടെ പങ്കുവെക്കുന്നത്.

അബൂദാബി സീ പോർട്ടിനടുത്ത് നിർത്തിയിട്ടിരിക്കുന്ന കണ്ടെയിനർ ലോറികൾക്കിടിയിലൂടെ എന്തോ പരതിക്കൊണ്ട് നടന്നു വന്ന പട്ടാണി അവൻ അന്വേഷിച്ചു കൊണ്ടിരിക്കുന്ന വസ്തു കണ്ടെത്തിയതായുള്ള പ്രസന്നത ആ മുഖത്ത് തിളങ്ങിക്കണ്ടു. മണ്ണിൽ പൂണ്ടു കിടന്ന കറുത്ത് പൂതലിച്ച തുരുമ്പ് പിടിച്ച ആണികളുള്ള ഒരു പട്ടിക കഷ്ണം എടുത്ത് കല്ലുകൾ പാകിയ നടപാതയിൽ രണ്ട് അടി കൊടുത്തു. കുറേ മണ്ണ് അവിടെ കൊഴിഞ്ഞു വീണു. ആ പൂതലിച്ച പട്ടികയുമായി അവൻ വീണ്ടും കണ്ടെയിനർ ലോറികളുടെ പുറകിലേക്കോടി. പിന്നാലെ ഞാനും പട്ടാണിയല്ലേ ആരെയെങ്കിലും തല്ലിക്കൊല്ലാനാണോ എന്നൊരു സംശയം. ഒരു ഉൾഭയത്തോടുകൂടി ഞാനും ലോറിയുടെ പുറകിലെത്തി അവിടെ മല്ലൻമാരായ മൂന്നു പട്ടാണികൾ ഭക്ഷണം പാകം ചെയ്യുകയാണ്. വലിയ വട്ടച്ചെമ്പിൽ വെട്ടിത്തിളച്ചു കൊണ്ടിരിക്കുന്ന മട്ടൻ കറിയിൽ ആണികളുള്ള പൂതലിച്ച പട്ടികയിട്ട് നന്നായൊന്ന് ഇളക്കി. പട്ടിക മട്ടൻ കറിയിൽ നിന്നും പുറത്തെടുത്ത് തൊട്ടു നക്കി ഉപ്പു പോരെന്ന് മറ്റേ പട്ടാണിക്ക് നിർദ്ദേശം കൊടുത്തു.

തിളക്കമുള്ള രാത്രികൾ

ദുബായിലൊരു പാക്കിസ്ഥാനിയുടെ പരസ്യ കമ്പനിയിൽ ആറു മാസം ആർട്ടിസ്റ്റായി ജോലി ചെയ്തപ്പോൾ ആകെ കയ്യിൽ കിട്ടിയ ദിർഹംസ് കണക്കു കൂട്ടിയാൽ മൂന്നു മാസത്തെ ശമ്പളം പോലും തികയില്ല. ഇന്നത്തേത് പോലെ കമ്പ്യൂട്ടറിന്റെ മൗസുരുട്ടുവാനില്ലാത്ത കാലം. നൂറു ശതമാനം ജോലികളും കലാകാരൻ അവന്റെ കൈകൾ കൊണ്ട് വരച്ചുണ്ടാക്കണം എന്നതിനാൽ ഞങ്ങൾക്ക് ഒരിടത്തല്ലെങ്കിൽ മറ്റൊരിടത്ത് ജോലി ഉറപ്പായിരുന്നു. ഇനിയും ഈ കമ്പനിയിൽ ഇങ്ങനെ തുടർന്നാൽ ശരിയാവില്ല എന്ന ഉറച്ച തീരുമാനത്തിൽ ഞാനും മുതലാളിയും വാക്കേറ്റം മൂത്ത് അടിപിടിയുടെ വക്കിലെത്തിയപ്പോളാണ് ദുബായിൽ നിന്നും അപരിചിതമായ അബൂദാബി നഗരത്തിലേക്ക് ബസ് കയറേണ്ടി വന്നത്. ആകെയുള്ള സമ്പാദ്യം ഒരു തുണിസഞ്ചിയിലാക്കി പലപ്പോളായി എടുത്ത് തീയ്യിലിട്ട് കത്തിക്കാൻ തുനിഞ്ഞ കുറേ സർട്ടിഫിക്കറ്റുകളും ആ വർഷത്തെ ജീവിതം കുത്തിക്കുറിച്ചു കൊണ്ടിരിക്കുന്ന ഒരു ഡയറിയും പിന്നെ ഒരു ജോഡി വസ്ത്രങ്ങളുമായി അപരിചിതമായ അബൂദാബി ബസ്റ്റാന്റിൽ മറ്റ് യാത്രക്കാരുടെ കൂടെ എങ്ങോട്ട് പോകണമെന്നറിയാതെ ഞാനും ഇറങ്ങി നിന്നു. സഹയാത്രികരിൽ ഭൂരിഭാഗവും ഇയ്യാംപാറ്റകളെപോലെ നഗരത്തിന്റെ വെളിച്ചത്തിലേക്ക് ധൃതിയിൽ നടന്നു പോകുമ്പോൾ കൂട്ടത്തിൽ ഞാനും കൂടി. ചുവന്ന ലൈറ്റ് തെളിഞ്ഞ ട്രാഫിക് സിഗ്നലിൽ അക്ഷമരായി കാത്തു നിൽക്കുന്നവർക്ക് നടുവിൽ പച്ച വെളിച്ചത്തിനായി ഞാനും കാത്തു നിന്നു. റോഡിനപ്പുറമുള്ള ഗ്രോസറിയിൽ നിന്നും ഒരു വെള്ളവും വാങ്ങി തൊട്ടടുത്തുള്ള സലൂണിൽ കയറി തല മൊട്ടയടിക്കാൻ ആവശ്യപ്പെട്ടു. ആരും തിരിച്ചറിയാത്ത പുതിയൊരു കഥാപാത്രമായി പുതിയ നഗരത്തിൽ ജീവിക്കണം. എന്റെ തലയിൽ രൂപാന്തരപ്പെടുത്തുന്ന പരിണാമങ്ങൾ ലൈവായി മുന്നിലുള്ള വലിയ കണ്ണാടിയിൽ തെളിഞ്ഞു കാണാമായിരുന്നു. അതിനിടെ മലപ്പുറത്തുകാരനായ ബാർബർ റേഷൻ കാർഡിനുള്ള അപേക്ഷാ ഫോമിൽ കാണുന്നത് പോലുള്ള ഒരുപാട് ചോദ്യങ്ങൾ എന്നോട് ചോദിച്ചുകൊണ്ടേയിരുന്നു.

മുണ്ഡനം കഴിഞ്ഞപ്പോൾ ബാർബർ ചോദിച്ചു ഈ മീശ എന്തു ചെയ്യണം. ദിവസവും വെട്ടിയൊപ്പിച്ചു ഓമനിച്ചു വളർത്തുന്ന എന്റെ തിരിച്ചറിയൽ അടയാളമായിരുന്ന കട്ടിമീശ അപ്പാടെ വടിച്ചു കളയാൻ സമ്മതം നൽകി. സലൂണിൽ നിന്നും പുറത്തിറങ്ങിയപ്പോൾ തലയിലെ ഭാരം അവിടെ ഇറക്കി വെച്ചത് പോലെ തോന്നി. ലക്ഷ്യമില്ലെങ്കിലും വേഗതയിലുള്ള നടത്തം പ്രധാന റോഡിലേക്ക് പ്രവേശിക്കുന്നതിന്

മുമ്പ് ഒരു ഡ്രൈവറെ പോലെ ഇടത്തോട്ടും വലത്തോട്ടും നോക്കി. വളവും തിരിവുമില്ലാതെ അനന്തതയിലേക്ക് നീണ്ടു കിടക്കുന്ന നാലുവരി പാതയുടെ കല്ല് പാകിയ ഓരങ്ങളിലൂടെ ഏകാകിയായി മുന്നോട്ടു നടന്നു. ഇവിടെ ആർക്കും ഏത് കോലത്തിലും സ്വതന്ത്രമായി നടക്കാം നിങ്ങളെ ആരും കളിയാക്കില്ല, ഉപദ്രവിക്കില്ല.

രാത്രി വൈകിയതിനാൽ ഒട്ടുമുക്കാൽ കടകളും അടഞ്ഞു കിടക്കുകയാണെങ്കിലും അവയുടെ നിയോൺസൈനുകൾ പ്രകാശിക്കുന്നത് കാരണം വർണ്ണ പ്രഭയുടെ പ്രതിഫലനം എവിടെയും കാണാം. ഹലോജൻ വെളിച്ചത്തിൽ തിളങ്ങുന്ന നാലുവരി പാതയിലൂടെ ഒരേ ദിശയിലേക്ക് മിന്നൽ വേഗതയിൽ കുതിച്ചു പാഞ്ഞു കൊണ്ടിരിക്കുന്ന വാഹനങ്ങളിൽ നിന്നുണ്ടാകുന്ന മൂളിച്ച കേൾക്കുമ്പോൾ മുറ്റത്തെ പ്ലാവിനു മുകളിൽ വലിയ കൂടുകൾ കൂട്ടിയിരുന്ന കടന്നൽ കൂട്ടങ്ങളാണോ ഇതെന്നു തോന്നിപ്പോകുന്നു.

ഇരുളും വെട്ടവും മാറിമാറി വന്ന വഴികളിലൂടെ ഒരുപാട് ദൂരം പിന്നിട്ടപ്പോൾ ഞാൻ പുറത്തേക്കു വിടുന്ന ചുടുനിശ്വാസം മേൽ ചുണ്ടിനു മുകളിൽ മീശ വടിച്ചിടത്ത് തട്ടി ഒരു നീറ്റൽ അനുഭവപ്പെട്ടു തുടങ്ങി.

ക്ഷീണിതനായ ഞാൻ ഒരു ലബനീസ് റസ്റ്റോറന്റിൽ കയറി അവിടത്തെ വാഷ് ബേസിനു മുകളിലുള്ള കണ്ണാടിയിൽ നോക്കിയപ്പോൾ കണ്ടത്, മീശ വടിക്കുമ്പോൾ ഉണ്ടായ മുറിവിലൂടെ പുറത്തു വന്ന രക്തം വട്ടത്തിൽ പടർന്ന് ചുടുകാറ്റേറ്റ് കറുത്തുണങ്ങി ഒരു കൃഷ്ണമണി പോലെ എന്നെ തുറിച്ചു നോക്കുന്നു.

ഐഡിയ

കോഴിക്കോട് നിന്നും അബൂദാബിക്കുള്ള എക്സ്പ്രസ് യാത്രയിൽ എനിക്ക് സഹയാത്രികനായി കിട്ടിയത് ഏകദേശം 50 വയസ് തോന്നിക്കുന്ന നാദാപുരത്തുകാരനായ ഒരു കഫ്റ്റീരിയ മുതലാളിയെയാണ്. ഒരു മണിക്കൂർ നീണ്ട യാത്രക്ക് ശേഷം ഞങ്ങൾക്കും ഭക്ഷണപ്പൊതി കിട്ടി. ചെറിയ ഒരു വെള്ളത്തിന്റെ ബോട്ടിൽ, തണുത്ത ബനാന ചിപ്സ്, ഒരു കേക്ക്, ഒരു കഷ്ണം ബ്രഡ്, പിന്നെ ചൂടുള്ള ഒരു പപ്സും. ഇനിയാണ് രസം. അടുത്തിരിക്കുന്ന കാരണോർ അലൂമിനിയം ഫോയിൽ പേപ്പറിൽ പൊതിഞ്ഞ ചൂടുള്ള പപ്സ് എടുത്ത് പിരടിയിൽ ചേർത്ത് പിടിച്ചു സീറ്റിനോട് ചാരിയിരുന്നു. ബോക്സിലുള്ള മറ്റു സാധനങ്ങൾ ശ്രദ്ധിച്ചതേയില്ല.

ഇതുകണ്ട് അന്തംവിട്ടു നോക്കിയിരുന്ന എന്നോട് പറഞ്ഞു. മോനെ രണ്ടു ദിവസമായി കഴുത്തിന്റെ വള്ളിക്ക് ഒരു പിടിത്തം. ഓവനിൽ വെച്ച് ചൂടാക്കിയ ഈ പപ്സിന്റെ ചൂട് അരമണിക്കൂർ കിട്ടിയാൽ പെരുത്ത് ആശ്വാസമാകും. അല്ലാതെ തിന്നാനിത് പറ്റില്ല.

നോക്കണേ ഇക്കയുടെ ഐഡിയ!..

അറബിയും മജീദും

ഷാർജ്ജയിലെ ഒരു കഫ്റ്റീരിയയിൽ നല്ല നിലയിൽ ജോലി ചെയ്തു പോരുന്ന മജീദിനോട് ഫുജൈറക്കാരനായ ഒര റബി എപ്പോളും വന്നു പറയും ''മലബാരി മൂഖ് വാജിദ്''. ''അന ഉ ഹിബ്ബു കുല്ലി മലബാരി'' മലയാളികൾ തേനാണ് പാലാണ് നമുക്ക് ഫുജൈറയിൽ ഒരു പുതിയ കഫ്റ്റീരിയ തുടങ്ങാം എപ്പോൾ വന്നാലും ഇങ്ങനെ പറഞ്ഞുകൊണ്ടിരിക്കും. അറബി വെറും ലൈസൻസ് പാർട്ണറല്ല. പൈസ മുതൽമുടക്കാനും തയ്യാർ. സമയം കിട്ടുമ്പോളൊക്കെ കാഷ് കൗണ്ടറിലിരുന്നു സഹായിക്കാനും മൂപ്പർ തയ്യാറാണ്. ലാഭത്തിന്റെ പകുതി കൊടുത്താൽ മതി പിന്നെന്താ പ്രശ്നം. മാസങ്ങളേ വേണ്ടി വന്നുള്ളൂ. പറഞ്ഞത് പോലെ മജീദ് വിസ മാറ്റി. പുതിയ കഫ്റ്റീരിയ ഓപ്പൺ ചെയ്തു. ദിവസങ്ങൾ കഴിഞ്ഞപ്പോൾ കച്ചോടം വളരെ കുറവ്. ഷവർമയാണെങ്കിൽ കുത്തിയത് മുക്കാലും ബാക്കി തന്നെ. മലബാറികൾ തേനാണ്, ചക്കരയാണ് എന്നൊക്കെ പറഞ്ഞ അറബി ഇപ്പോൾ പറയുന്നത് ''മലബാരി കുല്ലു മൂഖ് മാഫി'' എന്ന നിലയിൽ കാര്യങ്ങൾ എത്തിയിരിക്കുന്നു. ഷവർമയുടെ കച്ചോടം പറ്റെ കുറയാനുള്ള കാരണം കണ്ടുപിടിച്ച അറബി മജീദിനോട് പറഞ്ഞു. നിനക്ക് അതിന്റെ 'ഫോർമുല' (എപ്പോളും ഫോർമുല നോട്ടു ഗുഡ് ഫോർമുല നോട്ട് ഗുഡ് എന്ന് ചൊറിഞ്ഞു കൊണ്ടിരിക്കും) ചേരുവകൾ അറിയാത്തത് കൊണ്ടാണ്.

മജീദിനെ 'ഫോർമുല' പഠിപ്പിക്കാൻ തീരുമാനിച്ച അറബി അവനെയും കാറിൽ കയറ്റി ദൂരെ മറ്റൊരു കഫ്റ്റീരിയയുടെ മുന്നിൽ വണ്ടി നിർത്തി മജീദിനോട് പറഞ്ഞു നീ അവിടെ പോയി ഷവർമ്മയുടെ ഫോർമുല ചോദിച്ചു പഠിച്ചു വാ. കാറിലിരുന്നു മജീദ് നോക്കുമ്പോൾ ചക്കയുടെ വണ്ണമുള്ള ഷവർമ അരിയുന്നത്, തന്റെ നാട്ടുകാരനും കളിക്കൂട്ടുകാരനുമായ (സഹപാഠി എന്ന് പറയാൻ പറ്റില്ല. ചെറുപ്പത്തിൽ ആ ഒരു കാര്യത്തിനു വേണ്ടി അവർ രണ്ടുപേരും സമയം നശിപ്പിച്ചിട്ടില്ല). 'മിന്നൽ' എന്ന പേരിൽ ഫെയ്മസായ ബഷീറാണ്. അറബി നോക്കി നിൽക്കെ എല്ലാ 'അടവുകളും' മനസിൽ ധ്യാനിച്ച് മജീദ് തിരക്കുള്ള ആ കഫ്റ്റീരിയയിലേക്ക് നടന്നു. മിന്നലുമായി വിഷയം വിശദമായി സംസാരിച്ചു. ഒരു കോൾ ഒത്തുകിട്ടിയ സന്തോഷത്തിൽ രണ്ടു പേരും ഹസ്തദാനം നടത്തിപ്പിരിഞ്ഞു. തിരിച്ചു വണ്ടിയിലെത്തിയപ്പോൾ ആവേശത്തോടെ അറബി കാര്യങ്ങൾ തിരക്കാൻ തുടങ്ങി. ഫോർമുല കിട്ടിയോ എന്നാണു അറബിക്ക് അറിയേണ്ടത്. മജീദ് പറഞ്ഞു തുടങ്ങി. ഷവർമ്മയുടെ ഫോർമുലക് ചോദിച്ചപ്പോൾ അപരിചിതനായ ആ

മലബാറി വലിയ ഒരു സംഖ്യയാണ് ആവശ്യപ്പെടുന്നത് എന്താ ചെയ്യാ.? 'ഫുലൂസ് മാഫി മുഷ്കിൽ' ഫോർമുല നമ്മൾക്കും കിട്ടണം അത് നിർബന്ധമാണ്. അങ്ങനെ 2000 ദിർഹംസിന് ഷവർമ്മയുടെ ചേരുവകൾ കൈമാറാൻ അറബിയും, മജീദും മിന്നലും ഫോണിലൂടെ കരാർ ഉറപ്പിച്ചു. പിറ്റേ ദിവസം വൈകുന്നേരം മിന്നൽ വന്നത് കയ്യിൽ ഒരു ഫാർമസി സഞ്ചിയിൽ ഉലുവ, ജീരകം തുടങ്ങിയ സാധനങ്ങൾ പൊടിച്ചുണ്ടാക്കിയ ഒരു പൊതിയും, നിറയെ മലയാളം വാക്കുകൾ എഴുതിയ ഒരു നീണ്ട ശീട്ടുമായായാണ്. അറബിയുടെ സാന്നിദ്ധ്യത്തിൽ സാധനങ്ങൾ ടേബിളിൽ വെച്ചു. ചീട്ടു പരിശോധിച്ച അറബിക്ക് ഒന്നും മനസിലായില്ലെങ്കിലും മസാലകൾ നന്നായി ഇഷ്ടപ്പെട്ടു. 2000 ദിർ ഹംസ് മിന്നലിനു കൊടുത്ത് മജീദിനെ സാക്ഷി നിർത്തി മഹത്തായ 'ഫോർമുല' കൈമാറ്റ ചടങ്ങ് നടന്നു..

തെക്കും വടക്കും

തിരുവനന്തപുരത്തുകാരൻ ഫൈനാൻസ് മാനേജർ ഫ്രാൻസിസും കണ്ണൂരുള്ള ഓഫീസ് ബോയ് ബഷീറും ലീവ് കഴിഞ്ഞു ഇന്നാണ് ഓഫീസിൽ തിരിച്ചെത്തിയത്.

ഫ്രാൻസിസ്: ''കഴിഞ്ഞ വർഷം വാങ്ങിയ റബ്ബറിന്റെ ഇടവിളയായി കുരുമുളക് വെച്ച് പിടിപ്പിച്ചു. കാശൊത്തിരി ചിലവായി. മകന് മോഡൽ പോളിയിൽ അഡ്മിഷൻ കിട്ടി.''

ബഷീർ: ''വീടിന്റെ മുകളിലത്തെ മാർബിളിനു മുകളിൽ വിലകൂടിയ കാർപ്പെറ്റ് വിരിച്ചു, മുറ്റത്തുണ്ടായിരുന്ന മാവ് മുറിച്ചുമാറ്റി ടൈൽസ് പതിച്ചു. മൂത്തമോനിപ്പോൾ പാർട്ടിക്കാരുടെ കൂടെ കച്ചറക്ക് പോയിത്തുടങ്ങി. പേടിക്കാനില്ല. പതിനെട്ടു വയസ്സായാൽ ഇങ്ങോട്ട് കൂട്ടണം''

ഫ്രാൻസിസ്: ''ഓ.കെ, ബഷീർ പറഞ്ഞിരിക്കാൻ സമയമില്ല. എനിക്ക് മധുരം കുറവിൽ ഒരെണ്ണം എടുത്തോളൂ.''

കാറ്റേ നീ വീശരുതിപ്പോൾ

കവി ഭാവനകളിൽ ശുഭ വർണനകൾ നൽകാറുള്ള മരുഭൂവിലെ കാറ്റിനു മുന്നിൽ പകച്ചുപോയൊരു പെരുന്നാൾ ദിനം എനിക്കുണ്ടായിരുന്നു. വലിയ കൂടാരങ്ങൾ ഒരുക്കുന്ന 'ഖലീജ്ടെന്റ്' എന്ന കമ്പനിക്കു വേണ്ടി മൂന്നു മീറ്റർ നീളത്തിലും ഒരു മീറ്റർ വീതിയിലും ഒരിഞ്ചു കനത്തിലുമുള്ള തെർമോകോൾ ഷീറ്റിൽ (പൊങ്ങുപോലുള്ള സാധനം) 'ഈദ് മുബാറക്' എന്ന് വലിയ അക്ഷരങ്ങളിൽ അറബിയിലും ഇംഗ്ലീഷിലും മുറിച്ചുണ്ടാക്കി ചായം പൂശി. പിന്നീട് ഗ്ലിറ്ററുകൾ വിതറി തിളക്കം വരുത്തി. മറ്റൊരു ഷീറ്റിൽ ഒട്ടിച്ചുണ്ടാക്കിയ ബോർഡ് സുഹൃത്തിന്റെ പിക്കപ്പ് വാനിൽ കയറ്റി. അൽഐൻ – ഒമാൻ റോഡിന്റെ ഇരുവശവും പരന്നു കിടക്കുന്ന വിശാലമായ മണൽ പരപ്പിൽ ഇറക്കി വെച്ചു. ഭാരം കുറഞ്ഞ തിളക്കമുള്ള ഈദ് മുബാറക്കുമായി ഇനി അൽപ ദൂരം ചുവന്ന മണലിലൂടെ നടന്നു വേണം ലക്ഷ്യസ്ഥാനമായ കൂടാരത്തിൽ എത്തിച്ചേരാൻ. അവിടയാണ് എനിക്കിത് സ്ഥാപിക്കേണ്ടത്. എന്റെ ജോലി ഭംഗിയായി പൂർത്തീകരിച്ചിട്ടു വേണം അവരിൽ നിന്നും കൂലി വാങ്ങി എന്റെ പെരുന്നാൾ ആഘോഷിക്കാൻ.

അങ്ങു ദൂരെ ഒരു വലിയ മൺകൂനയുടെ ചെരുവിലായി കാണുന്ന 'ഖലീജ് ടെന്റ്' ലക്ഷ്യമാക്കി മുമ്പേ നടന്നവരുടെ കാൽപ്പാടുകൾ നോക്കി ഒരുപാട് പ്രതീക്ഷകളുമായി ഞാനും മുന്നോട്ടു നടന്നു. ഭാരം കുറഞ്ഞതും വലുപ്പം കൂടിയതുമായ തെർമോകോൾ കലാ വിന്യാസവുമായി മരുഭൂമിയുടെ വിശാലതയിലൂടെ പ്രതീക്ഷകളും പേറി ഏകനായി നടക്കവേ.. പെട്ടെന്നു വീശിയടിച്ച ശക്തമായ കാറ്റിൽ മണൽ തരികളും പൊടിപടലങ്ങളും അന്തരീക്ഷത്തിൽ പറന്നു പൊങ്ങി. അവിടത്തെ ഓരോ മാറ്റവും പെട്ടെന്നായിരിക്കും. ഒന്നും കാണാൻ പറ്റാത്ത അവസ്ഥ. കണ്ണുകൾ മുറുകെ ചിമ്മിയ ഞാനും വലിയ ഷീറ്റും നടുക്കടലില കപ്പെട്ടൊരു പായ് വഞ്ചിപോലെ ചുഴിയിൽ പെട്ട് ആടി ഉലയുന്നുണ്ടായിരുന്നു. ആ ചെറുത്തു നിൽപ്പ് അധിക സമയം നീണ്ടു നിന്നില്ല. കൂർ.. ശബ്ദത്തോടു കൂടി എന്റെ ഷീറ്റിനെ പൊട്ടിച്ചു കൊണ്ട് കാറ്റ് വിജയിച്ചിരിക്കുന്നു. പരാജിതനായ ഞാൻ കണ്ണു തുറന്നപ്പോൾ കണ്ടത്, കഴിഞ്ഞ രണ്ടു ദിവസത്തെ അദ്ധ്വാനത്തിന്റെ പൊട്ടിയ പകുതി ഭാഗം നിലം തൊട്ടു തൊട്ടില്ല എന്ന വിധത്തിൽ അതിവേഗതയിൽ ചാടിപ്പോകുന്നൊരു കങ്കാരുവിനെപ്പോലെ അകന്നു പോകുന്നു. ഒടുവിലത് ചെന്നെത്തിയത് ഒമാനിലേക്ക് പോകുന്ന നാലുവരി പാതയിൽ. മിന്നൽ വേഗതയിൽ ഇടതടവില്ലാതെ ഒഴുകിപ്പോകുന്ന വാഹന വ്യൂഹത്തിനടിയിൽപ്പെട്ട എന്റെ കലാ സൃഷ്ടിയുടെ ഭാഗങ്ങൾ പൊട്ടി

നുറുങ്ങി ചെറിയ തുണ്ടുകളായി പറവകളെപ്പോലെ പാറി പറക്കുകയാണിപ്പോൾ. ചെറുതാകുമ്പോൾ ഭാരം കുറയുന്നു. അപ്പോൾ കൂടുതൽ സ്വതന്ത്രരായി ഉയരങ്ങളിലേക്ക് പറന്നുപൊങ്ങുന്നു.

ശിൽപിയുടെ കയ്യിൽ അവേശേഷിക്കുന്ന ആർക്കും പ്രയോജനമില്ലാത്ത ഈദ് മുബാറക്കിന്റെ ബാക്കി ഭാഗം ചുവന്ന വിശാലമായ മണൽപ്പരപ്പിൽ വിരിച്ചു. അതിനു മുകളിൽ കഷ്ടതയും ഒറ്റപ്പെടലും അനുഭവിക്കുന്ന പ്രവാസികളുടെ പ്രതീകമായി, ഒരു മണൽ ശിൽപ്പം കണക്കേ ഞാൻ കണ്ണടച്ചിരുന്നു.

നാണു ഫിറ്റാണ്

എന്നുവെച്ചാൽ രാവിലെ ഏഴു മണി മുതൽ പത്തു പതിനൊന്നു മണിവരെ തെങ്ങു കയറാറുള്ള നാണുവിന്റെ ഫിസിക്കൽ ഫിറ്റ്നസാണ് ഞാൻ ഉദ്ദേശിച്ചത്, ദുർമേധസ്സും കൊളസ്ട്രോളുമില്ലാത്ത ഫിറ്റ്ബോഡി എന്ന് മാത്രമേ നിങ്ങൾ ധരിക്കാവു.

പതിവു പോലെ അന്നും സമയം ഉച്ച കഴിഞ്ഞു. പടിഞ്ഞാറ് വെള്ളത്തിൽ മുങ്ങാൻ പോകുന്ന അസ്തമയ സൂര്യന്റെ അതേ നിറത്തിലുള്ള ചുവന്ന കണ്ണുകളുമായി നാണുവും പടിഞ്ഞാറോട്ട് ബസ്സ് കയറി, നഗരത്തിലെ ഫൈവ് സ്റ്റാർ ഹോട്ടലാണ് ലക്ഷ്യം ! എന്നും വൈകിട്ട് മുറപോലെ നാട്ടിലുള്ള ബാറിൽ കയറി പ്രത്യേകിച്ച് ബ്രാന്റൊന്നും ഇല്ലാത്ത നാണു ഏതെങ്കിലും കൂതറ ഒറ്റവലിക്ക് അകത്താക്കി ആരൊക്കെയോ തൊട്ടുനക്കിയ അച്ചാർ പാത്രത്തിൽനിന്നും അൽപം നാവിൽ തേച്ച് ലോകത്തോടു മുഴുവൻ അനുരാഗവുമായി സ്ഥലം വിടുന്നതാണ് മൂപ്പരുടെ ശീലം. അങ്ങനെയുള്ള നാണുവിന്റെ മുന്നിലാണ് ഇടിത്തീ പോലെ ബാർനിരോധന നിയമം വന്നെത്തിയത്. ഇപ്പോൾ ബാറായ ബാറൊക്കെ പൂട്ടി ബിയർ വൈൻ പാർലറാക്കിയപ്പോൾ അവശേഷിക്കുന്നത് നഗരത്തിലെ ഫൈവ്സ്റ്റാർ ബാറുകൾ മാത്രം. തന്നെ പോലൊരു കൂലി പണിക്കാരന്റെ കീശ കീറുന്ന വഴിയാണ് ഫൈവ്സ്റ്റാർ മദ്യപാനം എന്നുള്ളത് നന്നായിതന്നെ നാണുവിനറിയാം എന്നാലും ഒരു ദിവസമെങ്കിലും ഉന്നതരുടെയും, സമ്പന്നരുടെയും കൂടെ....

അങ്ങനെയാണ്, നാളെയുടെ സമസ്ത ലോകം സ്വപ്നം കാണുന്ന നാണു, രണ്ടും കല്പിച്ച് നഗരത്തിലെ പ്രശസ്തമായ ഫൈവ്സ്റ്റാർ ഹോട്ടലിലെ മെയിൻഗേറ്റ് കടന്ന് ആഡംബരത്തിന്റെ നടുവിലൂടെ, തെന്നിമാറുന്ന ഗ്ലാസ് പാനലുകൾക്കിടയിലൂടെ മെയിൻ ലോബിയിലേക്ക് കടന്നത്. പിന്നീട് സംഭവിച്ചതെല്ലാം പെട്ടെന്നും തികച്ചും നാടകീയവുമായിരുന്നു. നാണു വഴിതെറ്റി വന്നൊരു കുഞ്ഞാടാണെന്ന് അവർ തിരിച്ചറിഞ്ഞിരുന്നു.കോട്ടണിഞ്ഞു തലയിൽതൊപ്പിവെച്ച രണ്ടു പേരുടെ പിന്തുണയോടെ ഏതൊക്കെയോ രഹസ്യ ഇടനാഴിയിലൂടെ നാണുവിനെ അവർ സ്നേഹപൂർവ്വം കൊണ്ടുപോയി. ഇടനാഴി അവസാനിക്കുന്നിടത്ത് എല്ലാ കൂതറ ബ്രാന്റുകളും നിരത്തിവെച്ച ഒരു കൗണ്ടറുണ്ടായിരുന്നു അവിടന്ന് പുറത്തേക്കു നോക്കിയാൽ മറ്റൊരു കെട്ടിടത്തിന്റെ പിന്നാമ്പുറവും വലിയൊരു അഴുക്ക് ചാലും കാണാം. ആ അഴുക്ക് ചാലിന്റെ പൊട്ടിയ സ്ലാബിലൂടെ സാഹസികമായി കടന്നു വരുന്നവർ നാണുവിനെക്കാളും താഴെക്കിടയിലുള്ള ദരിദ്ര വാസികളാണെന്നും ഇത് തങ്ങളെ പോലുള്ളവർക്ക് വേണ്ടിയുള്ള ഫൈവ്സ്റ്റാർ സെറ്റപ്പാണെന്നും തങ്ങൾക്ക് പോകാനും വരാനുമുള്ള ഫൈവ്സ്റ്റാർ വഴി ഇതാണെന്നും നാണു തിരിച്ചറിഞ്ഞു.

ഗദ്ദാമ

അബൂദാബി സലാം സ്ട്രീറ്റിലെ ബഹുനില കെട്ടിടങ്ങളിലൊന്നിലെ പതിനാറാം നിലയിലെ ബാച്ചിലർ റൂമിൽ ഒരു മെമ്പറായിരുന്നു ഞാൻ. എന്റെ കട്ടിലിനു തൊട്ടടുത്തുള്ള ജനവാതിലിന്റെ സ്റ്റിക്കർ ഒട്ടിച്ച് ഗ്ലാസ് പാനലുകൾ തള്ളിനീക്കിയാൽ ആകെയുള്ള പുറംകാഴ്ച തൊട്ടടുത്തുള്ള പുതിയ ലക്ഷ്വറി ഗ്ലാസ് ബിൽഡിംഗിലെ ഫാമിലി ഫ്ളാറ്റിനോട് ചേർന്നുള്ള ബാൽക്കണിയായിരുന്നു. ഇതായിരുന്നു എന്റെ അയൽപ്പക്കം. ഭൂമിയിൽ നിന്ന് എത്രത്തോളം ഉയരത്തിലാണ് ഞങ്ങളുടെ സ്ഥാനം എന്നറിയണമെങ്കിൽ ദൂരക്കാഴ്ച അസാധ്യമായിരുന്നതിനാൽ തല ജനവാതിലിലൂടെ പുറത്തേക്കിട്ട് താഴോട്ട് നോക്കണം. അങ്ങ് അടിയിലായി പാർക്കുചെയ്തിരിക്കുന്ന ഇത്തിരിപ്പോന്ന കാറുകളും പിന്നെ ഭൂമിയിലൂടെ നടന്നുപോകുന്ന കുള്ളൻമാരായ കുഞ്ഞുമനുഷ്യരുടെ മൂർദ്ധാവും കാണാം.

അയൽപ്പക്കത്തെ ബാൽക്കണിയിൽ ഉണങ്ങാനിട്ടിരിക്കുന്ന തുണികൾക്കപ്പുറത്ത് എന്തോ സൂക്ഷ്മതയുള്ള ജോലിചെയ്യുന്ന ഒരു സുന്ദരിയായ പെൺകുട്ടിയെ ഞാൻ പലപ്പോഴായി കാണുമായിരുന്നു. ചിലപ്പോൾ അവൾ ധൃതിയിൽ അടുക്കളയിലേക്ക് ഓടിപ്പോകും. ഉടനെ തന്നെ തിരിച്ച് വന്ന് തന്റെ ജോലിയിൽ മുഴുകും. ബാൽക്കണിയുടെ കൈവരിയെക്കാളും താഴെയാണ് അവളുടെ ശ്രദ്ധ അവിടെ അവൾ എന്താണ് ചെയ്യുന്നതെന്ന് എനിക്ക് വ്യക്തമല്ലായിരുന്നു. അവൾ ഒരു മൊറോക്കാ വീട്ടുജോലിക്കാരിയാണെന്നും പഠനം പാതിവഴിയിൽ നിർത്തി പ്രായമായ മാതാപിതാക്കൾക്ക് അന്നത്തിനും മരുന്നിനും ഉള്ള വക തേടിയാണ് ഇവിടെ എത്തിപ്പെട്ടതെന്നും പണം കൊണ്ട് നേടാൻ കഴിയാത്ത ആനന്ദം സർഗ്ഗസൃഷ്ടിയിലൂടെ ലഭിക്കുന്നത് കൊണ്ടാണ് ഒഴിവു സമയം കൊടുംചൂടിനെ വകവെക്കാതെ തുറന്ന ബാൽക്കണിയിലിരുന്ന് കാർഡ് ഷീറ്റിൽ പോസ്റ്റർ കളർ ഉപയോഗിച്ച് ചിത്രരചന നടത്തുന്നതെന്നും പതിയെ എനിക്ക് മനസിലായി

അതൊരു ഉന്നതനായ പോലീസ് ഓഫീസറുടെ ഫ്ളാറ്റായതിനാൽ കൗതുകത്തോടെയുള്ള എന്റെ തുറിച്ചുനോട്ടം അത്ര നല്ലതിനല്ല. ജോലി നഷ്ടപ്പെടാനും, രാജ്യത്ത് നിന്ന് പുറത്താക്കപ്പെടാനും ഒരു പെണ്ണിന്റെ പരാതി തന്നെ ധാരാളമെന്ന് എനിക്കറിയാം. ആവേശം കാണിക്കാതെ ദിനരാത്രങ്ങൾ ഒരു പാട് മുന്നോട്ട് നീങ്ങി. പിന്നീട് പലപ്പോഴായി താഴെയുള്ള ഗ്രോസറിക്ക് സമീപവും ബാൽക്കണിക്ക് സമീപവും ഞാനവളെ കാണാനും ശ്രദ്ധിക്കാനും തുടങ്ങി. ഒരു ഇരയെ

കൊത്തിവലിക്കാനായി വട്ടമിടുന്ന കഴുകന്റെ ദൃഷ്ടിയാണ് അവളെന്നിൽ കണ്ടതെന്ന് അവളുടെ പ്രതികരണത്തിൽ നിന്നും എനിക്കും മനസിലായി.

ഒരു പ്രമുഖ ട്രേഡിംഗ് കമ്പനിയുടെ ആർട്ടിസ്റ്റായിരുന്നു ഞാൻ. റോൾ ചെയ്ത ചിത്രങ്ങളും കാൻവാസുകളും പിന്നെ വലിയ ക്യാമറകളും അനുബന്ധ ഉപകരണങ്ങളും തോളിൽ തൂക്കിയുള്ള എന്റെ യാത്രകൾ കണ്ടതുകൊണ്ടായിരിക്കാം വേലക്കാരിയിലെ കലാകാരി ഞാനുമായി അടുത്തുതുടങ്ങി. അവളിലേക്ക് അടുക്കുന്തോറും എന്റെ മനസിൽ തെളിഞ്ഞുവന്ന രൂപം സിനിമാനടൻ അബൂസലീമിന്റെ ലുക്കുള്ള തോളിൽ ഒരുപാട് നക്ഷത്രങ്ങൾ ഉള്ള പോലീസുകാരനായ അവളുടെ സ്പോൺസർ അറബിയെയാണ്. ആ രൂപം എനിക്കൊരു കടിഞ്ഞാണായിരുന്നു. അറബി നന്നായി സംസാരിക്കാനറിയുന്ന എന്നാൽ ഇംഗ്ലീഷ് അൽപ്പം മാത്രമറിയുന്ന നൂറ എന്ന മൊറോക്കൊ ചിത്രകാരിക്കു മുന്നിൽ എന്റെ മുറിയൻ ഇംഗ്ലീഷുകൾക്ക് ലണ്ടൻ സായിപ്പിന്റെ ചടുലതയുണ്ടായിരുന്നു.

രണ്ട് പടുകൂറ്റൻ വൃക്ഷങ്ങൾക്ക് മുകളിലായി കൂടുകൂട്ടിയ കിളികളെപ്പോലെ മൊബൈൽഫോണുപോലും അപൂർവ്വമായ കാലത്ത് ഞങ്ങൾ തമ്മിൽ കൈമാറുന്ന മുദ്രകൾക്കും നവരസങ്ങൾക്കും ഈ പ്രപഞ്ചരഹസ്യങ്ങൽ പോലും കൈമാറാനുള്ള തീഷ്ണതയുണ്ടായിരുന്നു. എന്നാൽ ഏഷ്യാ വൻകരയിലെ ഞാനും ആഫ്രിക്കൻ വൻകരയിലുള്ള മൊറോക്കോകാരിയും തമ്മിലുള്ള സൗഹൃദം അധികനാൾ നീണ്ടുനിന്നില്ല.

എനിക്ക് മറ്റൊരു തെരുവിലേക്ക് താമസം മാറേണ്ടി വന്നു. മാസങ്ങൾക്ക് ശേഷം ഒരു പെരുന്നാൾ രാവിൽ വലിയൊരു ഷോപ്പിംഗ് മാളിന്റെ സൗന്ദര്യങ്ങൾ ആസ്വദിച്ചുള്ള കറക്കത്തിനിടെയാണ് ഞാൻ നൂറയെ വീണ്ടും കാണുന്നത്. അന്നവൾ ആഭരണങ്ങൾ അണിഞ്ഞിരുന്നില്ല, അവളുടെ ഉടുപ്പുകൾക്ക് നിറമുണ്ടായിരുന്നില്ല അത്രമേൽ പഴകിയതായിരുന്നു അവ. എങ്കിലും സപ്തവർണ്ണങ്ങളിൽ ഒരു മഴവില്ല് വിരിയിക്കാനുള്ള ഭാവന അവളിലുണ്ടെന്ന് എനിക്കറിയാം. ലോകത്തിലാദ്യമായി അടിമകളെ മോചിപ്പിച്ചു മാതൃക കാണിച്ചുതന്ന സാംസ്കാരിക ഭൂമിയിലെ ആധുനിക ഷോപ്പിംഗ് മാളിൽ അണിഞ്ഞൊരുങ്ങി രാജകീയ പ്രൗഢിയുള്ള അറബ്കുടുംബത്തിന്റെ പിന്നിലായി അവരുടെ ഭാണ്ഡവും പേറി നടന്നു നീങ്ങുന്ന നൂറ എന്ന ഗദ്ദാമയുടെ സാമാന്യത്തിലധികം വലിപ്പമുള്ള മനോഹരമായ കണ്ണുകളിലൂടെ എന്നെ നോക്കുമ്പോൾ നാളെയുടെ സമത്വസ്വപ്ന ലോകം പ്രതിഫലിക്കുന്നുണ്ടായിരുന്നു.

പ്രൊഫഷണൽ ടച്ച്

ദുബായ് വേൾഡ് ട്രേഡ് സെന്ററിൽ ഉയർന്ന വേതനത്തിന് ജോലി ചെയ്യുന്ന, ഐ. ടി പ്രൊഫഷണലായ, ഒരിക്കൽ പോലും ദേഷ്യം പിടിക്കാത്ത രസികനായ ഷാജിയും ഞാനും എക്സിബിഷൻ ഹാളിൽ ഒന്നിച്ച് ഒരുപാട് ജോലികൾ ചെയ്തിട്ടുണ്ട്. അവന്റെ നെറ്റ് വർക്ക് കഴിഞ്ഞാൽ എന്റെ ചിത്രപണികൾക്കും അവൻ സഹായിക്കുമായിരുന്നു.

നാല് വർഷങ്ങൾക്കു ശേഷം ഞങ്ങൾ ഇന്നലെ ഓൺ ലൈനിൽ കണ്ടുമുട്ടി.

ഷാജി: 'മൊയിതുവേ നീ എവിടെടാ ഇപ്പോൾ ?'

മൊയ്തു: 'ഞാനെന്റെ ഗ്രാമത്തിൽ പലചരക്ക് കട നടത്തുന്നു.
എടാ നീ ഇപ്പോളും ട്രേഡ് സെന്ററിൽ ഉണ്ടോ ?'

ഷാജി: 'ഞാനിപ്പോൾ നാട്ടിൽ മീൻ കച്ചോടം ചെയ്യുന്നു.
നല്ല ലാഭമുണ്ടെടാ... '

മൊയ്തു: 'സത്യമായിട്ടും !!'

ഷാജി: 'അതെ. കമ്പ്യൂട്ടറിൽ നിന്നും നേരെ മീനിലേക്ക് !!
മീനേയ് കൂയ്...കൂയ്...'

ആ കൂവലിന്റെ താള ലയം കേട്ടാൽ തോന്നും ഇവൻ ജനിച്ചു വീണത് തന്നെ മീൻകൊട്ടയുമായിട്ടാണോ എന്ന്.

അതെ അതാണ് പ്രൊഫഷണൽ ടച്ച് !!!

പൊല്ലാപ്പ്

കുറ്റ്യാടിയിലുള്ള എന്റെ കടയിലെ തിരക്കിനിടയിൽ യു.എ.ഇ.ൽ. നിന്നും ഒരു കോൾ വന്നു. മറുതലക്കൽ ദുബായിൽ സ്വന്തമായി ബിസിനസ് ചെയ്യുന്ന അളിയനാണ്. അവൻ നാളെ നാട്ടിലേക്ക് വരികയാണ്. ഹലോ മൊയ്തൂക്കയ്ക്ക് എന്താ ആവശ്യമുള്ളത് പറഞ്ഞോളു ഞാൻ നാളെ എത്തിച്ചുതരാം. പത്തിരുപത് കൊല്ലം ഗൾഫിലായിരുന്നപ്പോൾ ഫോറിൻ സാധങ്ങൾ ഉപയോഗിച്ച് ശീലിച്ചത് ശരിതന്നെ എന്നാൽ ഇന്ന് ഗൾഫ് വിപണിയിലുള്ള എല്ലാ ഉത്പന്നങ്ങളും നമ്മുടെ നാട്ടിൻ പുറങ്ങളിൽ പോലും സുലഭമാണ്. എന്നാലും എന്റെ അളിയനല്ലെ എന്തെങ്കിലും ഒന്ന് ആവശ്യപ്പെടാമെന്ന് തീരുമാനിച്ചു.

ഹലോ അളിയാ എനിക്കിവിടെ കിട്ടാത്ത ഒരു സാധനോണ്ട് അത് കൊണ്ട് വരുവോ ?

മൊയ്തൂക്ക പറഞ്ഞോളൂ എന്താണത് ?

നാട്ടിൽ കിട്ടാത്ത ഒരു സാധനം അത് എനിക്ക്.........വേണായിരുന്നു.

(വ്യക്തമാക്കാതെ ഞാൻ ഉരുണ്ടുകളിച്ചു.)

മൊയ്തൂക്ക പെട്ടന്ന് പറയ് അൽപ്പം പോലും വൈകിക്കാതെ എന്റെ ആവശ്യം ഞാനുച്ചത്തിൽ അറിയിച്ചു.

എനിക്ക് എന്റെ കടയിലേക്ക് ഒരു ഫിലിപ്പൈനി

പെണ്ണിനെ വേണമായിരുന്നു......!!! അവിടെ ധാരാളം ഉണ്ടല്ലോ

മറുതലക്കൽ ഫോൺ കട്ടായി !!

അളിയൻ അവന്റെ പുന്നാര പെങ്ങളെ അതായത് എന്റെ ഭാര്യയെ വിളിച്ചു വ്യക്തവും ശക്തവുമായി തന്നെ വിഷയം അവതരിപ്പിച്ച വിവരം അറിയാതെ പാവം ഞാൻ കടയടച്ച് രാത്രി വീട്ടിലെത്തിയപ്പോൾ

പൂമുഖവാതിൽക്കൽ..................................******

ഓരോരോ പൊല്ലാപ്പ്.... അല്ലേ................!!!

ജയിലിലെ ഓർമ്മകൾ

ഉപ്പുസത്യാഗ്രഹത്തിനൊന്നും പങ്കെടുത്തിട്ടില്ലെങ്കിലും പല മഹാൻമാരെയും പോലെ ഞാനും ജയിൽവാസം അനുഷ്ടിച്ചിട്ടുണ്ട്. ഇവിടയൊന്നുമല്ല. കടലിനക്കരെ അങ്ങ് ഫോറിനിലാണെന്നു മാത്രം.

അതും ചില്ലറ ദിവസങ്ങളല്ല ഒരു മാസത്തിൽ കൂടുതൽ

കാരാഗ്രഹത്തിലെ ഒരു ദിനം ആരംഭിക്കുന്നത്, പ്രഭാത ഭക്ഷണത്തിനായി കിട്ടുന്ന ബ്രഡും മുട്ടയും ചീസും ജാമും..................!

ഭക്ഷണ വിശേഷം അവിടെ നിൽക്കട്ടെ ജയിലിനുള്ളിൽ പ്രത്യേക ജോലികൾ ഒന്നും ഇല്ലാതെ ഞങ്ങളെ ചിരിപ്പിക്കാനായി മിനക്കെടുന്ന കാസർഗോഡ്കാരൻ ബാബുവിനെ പരിചയപ്പെടുത്തിത്തരാം.

അതിന് മുന്പ് നിങ്ങളെ ഞാൻ ഷാർജ റോളസ്ക്വയറിലുള്ള മലയാളികൾക്കുവേണ്ടി മലയാളികളാൽ നടത്തപ്പെടുന്ന നല്ല തിരക്കുള്ള ത്രിവേണി ഹോട്ടലിലേക്ക് ക്ഷണിക്കുന്നു. ഇവിടെ പ്രധാന വിഭവം കപ്പയും മത്തിയുമാണ്. ഇവിടെ മത്തിമുറിക്കലായിരുന്നു നമ്മുടെ കഥാനായകനായ ബാബുവിന്റെ പ്രധാനജോലികളിലൊന്ന്. കുറച്ചൊന്നുമല്ല ഒരു വലിയ ബക്കറ്റ് നിറയെ മത്തി കാണും !

കുറച്ചു ദിവസം ഈ ജോലിചെയ്തപ്പോൾ ബാബുവിന് മടുത്തു. ബാബുവിനെന്നല്ല ആർക്കും മടുക്കും.

പിന്നിടുള്ള ബാബുവിന്റെ അന്വേഷണം അദ്ധ്വാനം കുറഞ്ഞതും വേതനം കൂടിയതുമായ നല്ലൊരു ജോലിയായിരുന്നു.

.. ബ്രിട്ടീഷ്കാരന്റെ കാലത്തുണ്ടാക്കിവെച്ച നമ്മുടെ വിദ്യാഭ്യാസ രീതിയോടുള്ള കടുത്ത വിയോജിപ്പ് കാരണം ചെറുപ്പത്തിൽ സ്കൂളിൽ പോകാതിരുന്ന ബാബുവിന് ഷാർജയിലെ തൊട്ടടുത്ത ഫ്ളാറ്റിലെ താമസക്കാരനായ സുഹൃത്താണ് നല്ല ലാഭം കിട്ടുന്ന കള്ളുകച്ചവടം പഠിപ്പിച്ചുകൊടുത്തത് ആ പഠനമാണ് ബാബുവിനേയും ജയിലിലെത്തിച്ചത്.

പ്രിയ സുഹൃത്തുക്കളെ നമുക്ക് ഷാർജ റോളയിൽ നിന്നും ഷാർജ ഔട്ജയിലിലേക്ക് തിരിച്ചുപോകാം. അവിടെയാണ് നമ്മുടെ കഥ അരങ്ങേറുന്നത്.

ജയിലിലെ അലസതയ്ക്കും, മനം മടുപ്പിനുമിടയിൽ ഞങ്ങൾ സഹതടവുകാർക്ക് ഉണർവ്വും സന്തോഷവും വിളമ്പിയിരുന്നത് ബാബുവായിരുന്നു.

കാഥാനായകൻ ബാബുവിന്റെ പക്കലുള്ള തോർത്ത് മുണ്ട് അത് തലയിൽ നിവർത്തിയിട്ട് നല്ല അസ്സൽ ഒപ്പനയും അതേ തോർത്തുമുണ്ട് തലയുടെ ഒരു ഭാഗത്ത് മുടിപോലെ ചുരുട്ടികെട്ടി ധനുമാസ തിരുവാതിരയും ... സകല കലാവല്ലഭനായി ഭക്ഷണപാത്രത്തിൽ താളം പിടിച്ച് കൊണ്ട് പാട്ടുപാടിയും കയ്യടി നേടിയിരുന്ന രസികനായ ബാബുവും ഞാനുമടങ്ങുന്ന ഒരേ തറവാട്ടിലെ പത്തോളം സഹോദരൻമാരിൽനിന്നും ശിക്ഷയുടെ കാലാവധി കഴിഞ്ഞ ഞങ്ങൾ എട്ടോളം പേരുടെ ടിക്കറ്റ് ഓകെയാണന്നും ബാബുവും മറ്റൊരാളും ഒഴികെ ഞങ്ങൾ എട്ടുപേരെയും എയർപ്പോർട്ടിലെക്ക് കൊണ്ടുപോകാൻ പോലീസ് വണ്ടി വന്നപ്പോൾ ചിരിച്ചുകൊണ്ട് മാത്രം കാണാവുന്ന ബാബു അത്യുച്ചത്തിൽ പൊട്ടിക്കരഞ്ഞുകൊണ്ട് 'ഞാനൊരു കോമാളിയാണ്, എനിക്കാരുമില്ല' എന്നു പറഞ്ഞുകൊണ്ട് എന്നെക്കെട്ടിപ്പിടിച്ചപ്പോൾ അറിയാതെ എന്റെയും കണ്ണുനിറഞ്ഞുപോയി.

ചിലർ അങ്ങനെയാണ് ആരോരുമില്ലാതെ സ്വയം കോമാളികളായിത്തീരുന്നവർ...!

ഇളം നോവുകൾ

സ്കൂൾ കലോത്സവങ്ങളിൽ അഭിനയത്തിലും ചിത്ര ശിൽപ കല കളിലും സമ്മാനങ്ങൾ വാരികൂട്ടിയ ആറാം ക്ലാസുകാരന് കിട്ടിയ സർട്ടിഫിക്കറ്റുകളുടെ കൂടെ, റോസാപൂവിന്റെ ചിത്രങ്ങളുള്ള തിളങ്ങുന്ന വർണ്ണകടലാസിൽ പൊതിഞ്ഞൊരു വലിയ സമ്മാന പെട്ടിയുമുണ്ടായിരുന്നു.

കുഞ്ഞിളംകയ്യിൽ കൂട്ടിപ്പിടിച്ച സമ്മാനപ്പൊതിയുമായി അവനും ആഹ്ലാദത്തിമിർപ്പോടെ കൂട്ടുകാർക്കൊപ്പം വീട്ടിലേക്കുള്ള ഓട്ടത്തി നിടെ ആറ്റിലെ ചെറുമീനുകളെപ്പോലെ സമ്മാനപ്പൊതി കൊത്തി വലിക്കാനും എത്തിപ്പിടിക്കാനും നുള്ളിപ്പൊളിക്കാനും ശ്രമിച്ചു കൊണ്ടിരുന്ന കുസൃതി കൂട്ടുകാർ ഓരോന്നായി ഓരോ വഴിവക്കിൽ വെച്ചും അവരവരുടെ വീട്ടിലേക്ക് പിരിഞ്ഞു പോയപ്പോൾ വീടിന ടുത്തുള്ള ഇടവഴിയിൽ തനിച്ചായ അവന്റെ വേഗത കുറഞ്ഞുകുറഞ്ഞ് ഒരു വേള പകച്ചു നിന്നുപോയ അവന്റെ കുഞ്ഞു നേത്രത്തിൽ നിന്നും ഒരിറ്റു ചുടുകണ്ണീർ ആ സമ്മാന പെട്ടിയിലേക്കുതിർന്നു വീണു.

കവിളിലൂടെ ഒലിച്ചിറങ്ങിയ കണ്ണീർ ചാലുകൾ, പുൽനാമ്പുകൾ കടിച്ചു വലിക്കുന്ന തെക്കേതിലെ കറുമ്പി പശു കണ്ടുവോന്നൊരു സംശയം തോന്നിയപ്പോൾ, കൈകൊണ്ട് കവിളു തുടച്ച് ചിരിയുടെ മുഖമറയുമായി വീണ്ടും മുന്നോട്ടു നടക്കുമ്പോളും അവനറിയാമാ യിരുന്നു, ഒന്നാമനായി ജയിച്ചുവരുന്ന തന്നെ വാരി പുണരാനോ കൗ തുകത്തോടെ സമ്മാനങ്ങൾ തുറന്നു നോക്കാനോ ജീവിച്ചിരിക്കുന്ന തന്റെ മാതാപിതാക്കൾക്കസാധ്യമാണെന്ന്.

എങ്കിലും ലാളനവും സന്തോഷവും നിറഞ്ഞ കണ്ണുകളോടെ അവനെ സ്വീകരിക്കാൻ അമ്മൂമ്മ തറവാടിന്റെ മുറ്റത്തിറങ്ങി വന്നത്, ദാമ്പത്യം വേർപിരിഞ്ഞു രണ്ടിടങ്ങളിൽ സുഖമായി ജീവിക്കുന്ന അച്ഛനും അമ്മ യും അറിഞ്ഞു കാണില്ല.

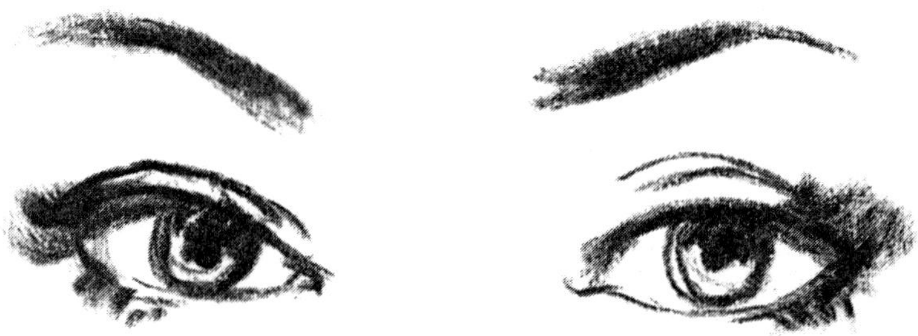

ഒരു പൈങ്കിളിക്കഥ

വിവിധ വേഷക്കാരും ദേശക്കാരും നിരന്തരം വന്നു പോയ്ക്കൊണ്ടിരിക്കുന്ന അബൂദാബി ബസ്റ്റാന്റിലുള്ള നിസാമിന്റെ മൊബൈൽ ഷോപ്പിലേക്ക് കണ്വ മഹർഷിയുടെ തപസിളക്കാനായ് വന്ന മേനകയെപ്പോലൊരുവൾ കയറി വന്നു. വിശാലമായ കഴുത്തോടുകൂടിയ ഇറുങ്ങിയ ചുരിദാർ, ഷാംപൂ തേച്ച് മിനുസപ്പെടുത്തിയ വാർമുടിയുടെ പകുതിയും മുന്നിലേക്ക് വലിച്ചിട്ടിരിക്കുന്നു. ഉയർന്നു നിൽക്കുന്ന മാറിടങ്ങളിലൊന്നിലൂടെ പൊക്കിൾ ചുഴിവരെയെത്തുന്ന കേശങ്ങൾ ഫാനിന്റെ കാറ്റേറ്റു കൃസൃതികൾ കാണിച്ചുകൊണ്ടേയിരുന്നു. ഒരു ബ്യൂട്ടീഷന്റെ കരവിരുതാൽ ഭംഗി കൂട്ടിയ പുരികങ്ങളും, വിടർന്ന മഷിയെഴുതിയ നയനങ്ങൾ രവിവർമ്മയുടെ എണ്ണഛായചിത്രങ്ങൾക്ക് ജീവൻ വെച്ചത് പോലെ പിടയുന്നുണ്ടായിരുന്നു.

കുറേക്കാലമായി ഷണ്ഡനായി കഴിയുന്ന പ്രവാസിയിൽ ഉണ്ടാകുന്ന നയനസുന്ദരമായ ഈ കാഴ്ച ശമിപ്പിക്കാനാവാത്ത ഒരു കൊതിയായി. മരുക്കാറ്റ് പോലെ ഇരമ്പി വരുന്ന ഒരു തൃഷ്ണ നിസാമിനെ പൊതിഞ്ഞു. തൽസമയം മൊബൈൽ ഷോപ്പിൽ ഫോൺ റിപ്പയറിങ്ങിനായി വന്നുകയറിയ രണ്ട് ബംഗാളി കസ്റ്റമേഴ്സിനെ പാടെ അവഗണിച്ചു കൊണ്ട് തന്റെ നൂറ് ശതമാനം സേവനവും യുവ സുന്ദരിക്കായി മാറ്റി വെച്ചു. അവൾ മധുമൊഴിയിലൂടെ അറുപത് ദിർഹംസിന്റെ റീച്ചാർജ്ജ് കൂപ്പണിനായി ആവശ്യപ്പെട്ടു. അവളുടെ വിവിധ ഭാവരസങ്ങൾ നിസാമിന്റെ നഗ്നനേത്രങ്ങൾ പകർത്തിയെടുത്ത് JPEG ഫയലായി സേവ് ചെയ്തുകൊണ്ടിരുന്നു.

തന്റെ ചന്തങ്ങളെ സൂക്ഷ്മതയോടെ മിനുക്കിയെടുക്കാൻ മണിക്കൂറുകളോളം മേക്കപ്പ് റൂമിൽ ചിലവഴിച്ചതിൽ അവൾ വിജയിച്ചിരിക്കുന്നു. ആ മാൻപേടയോട് ഊരും പേരും ചോദിക്കുന്നതിനിടയിൽ റേഡിയോ ട്യൂൺ ചെയ്താൽ മറ്റ് സ്റ്റേഷനുകളിലെ അപ ശബ്ദങ്ങൾ കടന്നുവരുന്നത് പോലെ ആദ്യമേ കടയിലെത്തിയ രണ്ടു ബംഗാളികളുടെ ഭായ് ഭായ് വിളിച്ചുകൊണ്ടുള്ള തിരക്ക് കൂട്ടൽ ഒരു റേഡിയോ ശ്രോതാവിനെപ്പോലെ എന്നെയും അലോസരപ്പെടുത്തുന്നുണ്ട്. പീടികയിലെ കാര്യങ്ങൾ അങ്ങനെയാണ്. ചിലപ്പോൾ ആരും ഉണ്ടാവില്ല മറ്റു ചിലപ്പോൾ ഒരു പടനയിക്കാനുള്ള ആൾക്കൂട്ടം ഒരുമിച്ച് കയറിവരും.

മൊബൈൽ കടയുടെ മുന്നിൽ തന്നെ ഒരു ബസ് വന്നു നിർത്തിയതും നമ്മുടെ കഥാനായിക അതിൽ ഓടിക്കയറിയതും ഒപ്പമായിരുന്നു. അപ്പോളാണവന് ബോധോദയം ഉണ്ടായത്. 'ഛെ.. കാർഡിന്റെ

പൈസ വാങ്ങിയിട്ടില്ല....' കടയിൽ നിന്നിറങ്ങി മറവിയെ ശപിച്ചുകൊണ്ട് ബസിനടുത്തേക്കോടി ഒരു മരയോന്തിനെപ്പോലെ കിതച്ചു നിന്നു പോയ നിസാം കണ്ടത്, സ്റ്റാന്റിൽ നിന്നും അകലെയുള്ള പ്രധാന പാതയിലേക്ക് അറുപത് ദിർഹംസുമായി വളവ് തിരിഞ്ഞകന്ന് പോകുന്ന വർണ്ണശബളമായ ദുബായി ബസ്..!!

പഞ്ചാബി ഹലുവ

ഒരു വെള്ളിയാഴ്ച കമ്പനിയുടെ സ്റ്റാഫ് വില്ലയിൽ ഹെവി ഡ്രൈവറായിരുന്ന സർദ്ദാർജി ഹലുവ ഉണ്ടാക്കാൻ തുടങ്ങി. ചില്ലറയൊന്നുമല്ല രണ്ടു കിലോയുടെ പഞ്ചാരപ്പാക്കറ്റ് ആനുപാതികമായി മറ്റു ചേരുവകളും ഒക്കെയായി മൂന്നുനാലു കിലോയോളം ഹലുവയുണ്ട്.

ഈ അതിശയം കാണാൻ ഞങ്ങൾ ചുറ്റുംകൂടി. പാകമായ ഹലുവ വലിയ തളികയിൽ പരത്തി ഞങ്ങളോട് പറഞ്ഞു, 'ഇനി അരമണിക്കൂർ തണുക്കട്ടെ.'

വിതരണം തുടങ്ങിയോ എന്നറിയാൻ ഇടക്കിടക്ക് ഓരോരുത്തരായി കിച്ചണിൽ ചെന്നു നോക്കുന്നുണ്ട്. വില്ലയുടെ നടുത്തളത്തിൽ ഫ്ളാഷ് ന്യൂസ് വന്നു. ഇപ്പോൾ അലുവ ചെറിയ കഷ്ണങ്ങളായി മുറിച്ചുകൊണ്ടിരിക്കുന്നു. നമ്മൾ അങ്ങോട്ടു ചെന്ന് വില കളയണ്ട അവനിങ്ങോട്ടു കൊണ്ടുവരും എന്ന ഏകോപനമായ അഭിപ്രായത്തിൽ ഞങ്ങൾ റൂമിൽ തന്നെയിരുന്നു.

അര മണിക്കൂർ കഴിഞ്ഞു എവിടെ ഒരു വിവരവുമില്ല. കൂട്ടത്തിൽ ആർത്തി പൂണ്ട ഹമീദ് സർദ്ദാറിന്റെ റൂമിലേക്ക് എത്തിനോക്കുമ്പോൾ കണ്ടത്. പകുതി ഭാഗവും അവൻ ഒറ്റയ്ക്കിരുന്ന് തിന്നു കഴിഞ്ഞ് ബാക്കി ഒരു സഞ്ചിയിലാക്കി അവന്റെ കട്ടിലിനടിയിൽ ഭദ്രമായി കൊണ്ടു വെച്ചു. നാളെയും മറ്റന്നാളും അവനൊറ്റയ്ക്ക് തിന്നാൻ..

സ്വപ്നങ്ങൾ

അറബ് പാരമ്പര്യ രീതിയിലുള്ള കെട്ടിടങ്ങളോടു കൂടിയ ഒരു ചെറു പട്ടണമാണ് ഒമാനിലെ ഖ്വറിയാത്ത്. അവിടെ ഒരു സ്കൂളിൽ കുട്ടികൾക്ക് വേണ്ടി ചാർട്ട് വരയ്ക്കുന്ന ജോലിയാണ് ഇരുപത് വയസുകാരനായ എനിക്ക് കിട്ടിയത്. അതേ സ്കൂളിൽ കാന്റീൻ നടത്തുകയാണ് നമ്മുടെ നാട്ടുകാരനായ ഹമീദ്ക്ക. വിവിധ തരം ബർഗറുകളും സാന്റ്‌വിച്ചുകളും ഹമീദ്ക്കയുണ്ടാക്കുന്നത് കൗതുകത്തോടെ ഞാൻ നോക്കി നിൽക്കാറുണ്ട്.

ഉച്ചയ്ക്ക് രണ്ട് മണിയോടുകൂടി ഞങ്ങൾ രണ്ടുപേരുടെയും ജോലി കഴിയും. ഖ്വറിയാത്തിൽ നിന്നും അൽപ്പം അകലെ ദഹമർ എന്ന ഒരു ഉൾഗ്രാമത്തിലാണ് ഞങ്ങളുടെ വാസസ്ഥലം. അങ്ങോട്ടുള്ള നടവഴിയിൽ എവിടെ നോക്കിയാലും ചുട്ടുപഴുത്തു നിൽക്കുന്ന മണൽത്തരികളല്ലാതെ ജീവന്റെ കണിക പോലും കാണാനില്ലായിരുന്നു.

ഒറ്റ നിലയിൽ കോൺക്രീറ്റും, മരവും ഉപയോഗിച്ച് പണിത പൊളിഞ്ഞു വീഴാറായ, അറബികൾ ഉപേക്ഷിച്ചു പോയ കുറേ വീടുകളിൽ ഒരെണ്ണത്തിലാണ് ഞങ്ങൾ താമസിക്കുന്നത്. ശക്തമായ മണൽ കാറ്റിൽ വാതിൽ പഴുതിലൂടെയും മറ്റും, ക്ഷണിക്കാതെ വന്ന അതിഥികളെപ്പോലെ മണൽതരികൾ തറയിൽ വിരിച്ച കാർപ്പെറ്റിൽ വിവിധ ചിത്ര ശിൽപങ്ങൾ തീർത്തിട്ടുണ്ടാകും.

ചൂടിന്റെ കാഠിന്യത്തിൽ നിന്നും രക്ഷ നേടാനായി അവിടെ ആ ചുറ്റുവട്ടത്ത് ഒറ്റ കെട്ടിടത്തിലും ഞാൻ A/C കണ്ടിട്ടില്ല. അതുകൊണ്ട് തന്നെ ഞങ്ങളായിട്ട് അങ്ങനെയൊന്നു ചിന്തിച്ചിട്ടും ഇല്ല.

ഹമീദ്ക്ക റൂമിൽ വെച്ചുണ്ടാക്കുന്ന ലോല (മൈദയും പഞ്ചസാരയും ചേർത്തൊരു പലഹാരം) ഒരു പെട്ടിയിലാക്കി ചുമന്നുകൊണ്ട് നമ്മുടെ നാട്ടിൻ പുറങ്ങളിൽ കാണുന്ന വഴിവാണിഭക്കാരെ പോലെ വൈകുന്നേരങ്ങളിൽ ഞങ്ങൾ രണ്ടുപേരും അറബ് വീടുകൾക്കിടയിലൂടെ പലഹാരം വിൽക്കാനിറങ്ങും. ഒരു കുല തൊഴിലെന്നോണം ഈന്തപ്പനകളുടെ തണലിൽ കൂട്ടം കൂടിയിരുന്ന് കിസ പറഞ്ഞു കൊണ്ട് ഒമാനി തൊപ്പികൾ തുന്നുന്ന പെണ്ണുങ്ങളും മണലിൽ പലവിധ നാടൻ കളികളിലേർപ്പെട്ട കുട്ടികളുമാണ് ഞങ്ങളുടെ ഉപഭോക്താക്കൾ.

ഞാൻ ഒരു ഇരുപത്കാരന്റെ കുസൃതിയെന്നോണം ലോലെ. ലോലെ എന്ന് അത്യുച്ചത്തിൽ വിളിച്ചു കൂവുമ്പോൾ കുടുംബ നാഥനായി ഭാരം പേറുന്ന ഹമീദ്ക്ക ഭയപ്പെട്ടുകൊണ്ട് ഓർമ്മിപ്പിക്കും. പഹയാ.. ഇങ്ങനെ

വിളിച്ചു കൂവി എന്നെ ഉള്ളിലാക്കല്ലേ.

അന്നും നേരം ഇരുട്ടിയപ്പോഴാണ് വിൽപ്പന കഴിഞ്ഞ കാലിപ്പെട്ടി യുമായി ഞങ്ങൾ റൂമിൽ തിരിച്ചെത്തിയത്.

പിന്നീട് ഭക്ഷണം പാകം ചെയ്തു കഴിച്ചു. വിയർത്തൊലിക്കുന്ന ഉഷ്ണത്തിൽ നിന്നും ഒരൽപ്പം ആശ്വാസത്തിന് വേണ്ടി തന്റെ പായയെ ടുത്ത് ടെറസിനു മുകളിലേക്ക് കയറി. ആ വിശാലതയിൽ മലർന്നു കിടന്നു.

അരണ്ട വെളിച്ചത്തിൽ ആകാശത്തിന്റെ അനന്തതയിൽ ചാര നി റത്തിലുള്ള കാർമേഘങ്ങൾ മാത്രം കാണാം. എങ്ങുനിന്നോ പാറി വന്ന മരുകാറ്റ് എന്നിലെ വിയർപ്പു കണങ്ങളെ തലോടിയപ്പോൾ ഒരു കുളി ർമ്മ അനുഭവപ്പെട്ടു.

രണ്ടു പതിറ്റാണ്ട് നീണ്ട ഗൾഫ് ജീവിതത്തിൽ ഒരിക്കൽപ്പോലും സ്വർണ്ണം വിളയുന്ന മരുഭൂമി എന്റെ കിനാവിലേക്ക് വിരുന്നു വന്നിട്ടില്ല.

അന്നും എന്റെ സ്വപ്നങ്ങൾ പറന്നെത്തിയത്, അങ്ങകലെ സാഗ രത്തിനക്കരെ പച്ചപുതച്ച എന്റെ ഗ്രാമത്തിലായിരുന്നു. താരകങ്ങളോടും ജീവ ജാലങ്ങളോടും, കുളിർകാറ്റിൽ ഇളകിയാടുന്ന വൃക്ഷ ലതാദിക ളോടും കിന്നാരം പറയുന്നു, അവിടെ മുറ്റത്തെ ഒളോർമാവിൻ ചുവട്ടിൽ നിലാ വെളിച്ചത്തിൽ നിലനിൽപ്പിന് വേണ്ടി നായ്ക്കളോട് പൊരുതേ ണ്ടി വരുന്ന പൂച്ചയുടെ മുരളിച്ചയും, വാനിൽ നിന്നും വിണ്ണിലേക്കിറങ്ങി വന്ന നക്ഷത്രങ്ങളെപ്പോലെ, മിന്നാമിനുങ്ങുകളുടെ നുറുങ്ങുവെട്ടവും. അതിനിടയിലൂടെ ഒരു നിശാശലഭത്തെപ്പോലെ സർവ്വ ഭാരങ്ങളും ഇറക്കി വെച്ച് ഞാനും പാറിപറക്കുകയാണ്.

നടനം

വാച്ച് വരെ ഊരിവാങ്ങിയതിനു ശേഷം അവരെന്നെ കരിപ്പൂർ ഏയർപോർട്ട് നിർഗമന കവാടത്തിൽ തള്ളിവിട്ടു. കാറിലേക്ക് തിരിഞ്ഞു നോക്കുമ്പോൾ കൂടെ വന്നവരെല്ലാം അപ്രത്യക്ഷമായിരിക്കുന്നു.!

എക്സ്പ്രസ് കൗണ്ടറിലെ ക്യൂവിൽ എന്റെ ഊഴം വരുന്നതിനു മുൻപേതന്നെ കൗണ്ടറിലുള്ള ബഹളത്തിൽനിന്നും എനിക്ക് മനസിലായി ഫ്ളയിറ്റ് രണ്ടു മണിക്കൂർ ലേറ്റാണെന്നു. പരിഭവമോ പരാതിയോ ഇല്ലാതെ ബോർഡിംഗ്പാസും വാങ്ങി വീണ്ടും എയർപോർടിനു പുറത്തേക്കിറങ്ങി. ഗൾഫ് യാത്രകാരനെന്നു തോന്നിപ്പിക്കുന്ന ചെറുപ്പക്കാരനും കൂടെയുള്ള ഭാര്യയും കുഞ്ഞുമടങ്ങുന്ന സന്തുഷ്ട കുടുംബത്തിലേക്ക് എന്റെ ശ്രദ്ധ തിരിഞ്ഞു. ഇനിയങ്ങോട്ട് കൊല്ലങ്ങളോളം പിരിഞ്ഞിരിക്കേണ്ട വേർപാടിന്റെ വേദനയിൽ ചുവന്നു കലങ്ങിയ കണ്ണുകളാൽ തന്റെ പ്രിയതമനെ അവൾ യാത്രയാക്കി.

അയാൾ നിർഗ്ഗമന കവാടവും കടന്ന് ട്രോളികളുമായി ഒഴുകികൊണ്ടിരിക്കുന്ന, കര കയറാൻ ഒരു ബലമുള്ള പിടുത്തം കിട്ടാതെ പ്രവാസത്തിന്റെ കലങ്ങിയ ചുഴിയിൽ വട്ടം കറങ്ങുന്നവർക്കിടയിൽ അലിഞ്ഞില്ലാതായപ്പോൾ അവൾ തിരിഞ്ഞുനടന്നു.

പാവം അല്ലേ... ?

മിനിറ്റുകളുടെ ഇടവേള മാത്രം....

പുതിയ സീൻ ആരംഭിക്കുന്നു...!

സുന്ദരനും സുമുഖനുമായ ജെല്ല് തേച്ചു മുള്ളുപോലെ നിർത്തിയ തലമുടിയും അത്യാധുനിക രീതിയിൽ രൂപകൽപ്പനചെയ്ത താടിയും, കയ്യിൽ അരകിലോ തൂക്കമുള്ള വാച്ച് കെട്ടിയ പുതിയ ലോകത്തിന്റെ പ്രതീകമായ ചെറുപ്പക്കാരനായ കാർ ഡ്രൈവറോട് പതിനാലാം രാവുപോലുള്ള ചിരിയുമായി കുശലം പറഞ്ഞുംകൊഞ്ചി കുഴഞ്ഞും കാറിൽ കയറിയ നമ്മുടെ കഥാനായിക അൽപ്പം മുൻപ് വരെ കാഴ്ച്ചവെച്ച അഭിനയം ഒരു പ്രൊഫഷനൽ നാടകനടിയെ വെല്ലുന്നതായിരുന്നു...!

അവളുടെ സെക്യൂരിറ്റി ചുമതലയുള്ള കൗമാരക്കാരനായ സഹോദരനെന്നു തോന്നിക്കുന്ന ആൺകുട്ടി മുൻസീറ്റിലില്ലായിരുന്നെങ്കില്......!!!!

പരിണാമം

വടക്ക് നോക്കി യന്ത്രം എന്ന സിനിമയിലെ ശ്രീനിവാസന്റെ അവസ്ഥയായിരുന്നു മീൻകാരൻ അന്ത്രുവിന് കാരണം മറ്റൊന്നുമല്ല ഭാര്യ ഐശു തന്നെക്കാളും ഗ്ലാമർ ഉള്ളത് തന്നെ. ഐശു-അന്ത്രു ദമ്പതികളുടെ മകൻ അശ്റഫിനു സ്ഥലത്തെ ഭൂവുടമ പക്രൻഹാജിയുടെ മുഖഛായയാണെന്നു ചിലരൊക്കെ പറയുന്നത് കേട്ടിരുന്നു.

ആ അശ്റഫിനിന്നു ഗൾഫിൽ നാലഞ്ചു കഫ്റ്റെരിയകളുണ്ട്. ഇപ്പോൾ നഗരത്തിൽ ബഹുനില കെട്ടിടമുണ്ട്. കാലം തലകീഴായ് മാറിമറിഞ്ഞപ്പോൾ ഭൂവുടമ പക്രൻഹാജി ഭൂരഹിതനായി. ഹാജിയുടെ മകൻ നാസറിനിപ്പോൾ ഒരു സ്മോൾ അടിക്കാൻ പുത്തൻ പണക്കാരനായ ഗൾഫുകാരൻ അശ്രഫ് കനിയണം !

ആൽഗഹോളിന്റെ അംശം കുറയുമ്പോൾ ഉണ്ടാകുന്ന വിഭ്രാന്തിയിൽ നാസർ സ്വന്തം തറവാട്ടു വീട്ടില് ബഹളം വെക്കുമ്പോൾ നാസറിന്റെ ഭാര്യ റസിയ കൊടുക്കുന്ന പുത്തൻ നോട്ടുകൾക്ക്, ഗൾഫുകാരൻ അശ്റഫ് അടിക്കുന്ന പെർഫ്യൂമിന്റെ അതേ നറുമണം !!

അറബിപ്പെണ്ണും ബാബുവും

റൂമിൽ ഞങ്ങളുടെ സല്ലാപവേളകളിലെ പ്രധാന നേരംപോക്ക് രസികനായിരുന്ന ബാബുവായിരുന്നു. ദുബായിലെ ഫൈവ്സ്റ്റാർ ഹോട്ടലിലെ ഇലക്ട്രീഷനായിരുന്ന ബാബു അനുകരണ കലകളിലും അഭിനയത്തിലും നൃത്തത്തിലും സംഗീതത്തിലും അതീവ തല്പര നായിരുന്നു.

ഒരിക്കൽ സ്റ്റാർ ഹോട്ടലിലെ അറബി കല്ല്യാണത്തിന് കളർ ലൈറ്റുകൾ ഒരുക്കുകയായിരുന്നു നമ്മുടെ ബാബു. ഒരു ഭാഗത്ത് വർണ്ണ വെളിച്ചത്തിൽ പെണ്ണുങ്ങളുടെ പാട്ടും നൃത്തവും ആരംഭിച്ചിരിക്കുന്നു. പാട്ടിനൊപ്പമുള്ള ഡാൻസിനിടെ ഒരറബിപ്പെണ്ണ് കൈ ഉയർത്തി തന്നെ നോക്കി മാടി വിളിക്കുന്നു. ബാബു പിന്നെ മറ്റൊന്നും ചിന്തിച്ചില്ല. കയ്യിലുണ്ടായിരുന്ന പ്ലയറും വയറും നിലത്തിട്ടു ഒരു സ്വർഗ്ഗീയ നിമിഷം കൈവന്ന സന്തോഷത്തിൽ അറബിപ്പെണ്ണിന്റെ കൂടെ നൃത്തമാടിയ താണ്. അവൾ ഒരു കൈ ഉയർത്തി ചുഴറ്റി കാണിച്ചത് ബാബുവിനെ വിളിച്ചതായിരുന്നില്ല. നോക്കി വെള്ളമിറക്കാതെ പുറത്ത് പോകാനുള്ള സിഗ്നലായിരുന്നു അതെന്ന് ഹോട്ടൽ മാനേജർ വന്നു പറഞ്ഞപ്പോളാ ണവനറിഞ്ഞത്.

മൂന്ന് ദിവസം പുറത്തു നിൽക്കേണ്ടി വന്ന അവിവാഹിതനായ ബാബുവിനിപ്പോൾ പെണ്ണുങ്ങളുടെ ഫോട്ടോ കാണുന്നത് പോലും അലർജ്ജിയാണ്.

കല്ലിനുമുണ്ടൊരു കഥ പറയാൻ

ജോലികഴിഞ്ഞുള്ള മയക്കത്തിൽ പീറ്ററിന്റേയും വിനോദിന്റേയും ശബ്ദകോലാഹലങ്ങൾക്കിടയിലൂടെയാണ് പാറോള്ളതിൽപറമ്പുമായി ഞാൻ സംവദിച്ചത്. ഒരു ആത്മഗതം പോലെ ഞങ്ങളുടെ കുട്ടിക്കാലത്തെ കുസൃതികളുടെ കേന്ദ്രമായ പാറോള്ളതിൽപറമ്പിലെ പാറ സംസാരിച്ചു തുടങ്ങി.

''അനങ്ങാപാറ നയവുമായി കാലാകാലങ്ങളായി ഞാനിവിടെ നിലകൊള്ളുന്നത് കൊണ്ടാണ് എന്റെ ചുറ്റുപാടിന് പാറോള്ളതിൽ പറമ്പ് എന്ന് നാമകരണം ചെയ്യപ്പെട്ടത്.

ആൾപ്പെരുമാറ്റമില്ലാതെ കാട്ടുവള്ളികൾ പടർന്ന് പൂപ്പൽ പറ്റിപ്പിടിച്ചുണങ്ങിയ എന്റെ ഇന്നുള്ള കോലം കണ്ടില്ലേ. പണ്ട് അതായത് മുപ്പതു കൊല്ലങ്ങൾക്കു മുമ്പ് അശോകനും, മൊയ്തുവും, രാജനും, ഗഫൂറും എന്റെ മുകളിൽ കയറി തുള്ളിച്ചാടിയും ഓലപന്തുകൾ മെടഞ്ഞും കുരുത്തോല പീപ്പികൾ ചുരുട്ടി നീട്ടി വിളിച്ചും എന്നിലൂടെ ഊർന്നിറങ്ങിയും ഉരുണ്ട് കെട്ടിമറിഞ്ഞ് ആർത്തുല്ലസിച്ചും കളിച്ചിരുന്ന കാലത്ത് എനിക്ക് നല്ല വൃത്തിയും മിനുസവും ഉണ്ടായിരുന്നു.

പെരുന്നാളിന്റെ തക്ബീർ ധ്വനികളും, ഓണപ്പൊട്ടന്റെ മണികിലുക്കവും കേട്ടിരുന്ന അന്ന് ജാതി മത ചിന്തകൾക്ക് അതീതമായുള്ള വിരലിലെണ്ണാവുന്ന കുട്ടികളെ ഈ ചുറ്റുവട്ടത്ത് ഉണ്ടായിരുന്നുള്ളൂ. ഇന്ന് വീടുകളും ജനപ്പെരുപ്പവും വിദ്യാഭ്യാസവും കൂടിയപ്പോൾ നിങ്ങൾ മനുഷ്യർ മതത്തിന്റെ പേരിൽ ധ്രുവീകരിച്ച് ഓരോ വിഭാഗങ്ങൾക്കും പ്രത്യേകം പ്രത്യേകം ഗ്രാമങ്ങളുണ്ടാക്കി അവിടേക്ക് പാലായനം ചെയ്യപ്പെട്ടു. അതുകൊണ്ടു തന്നെ മലയൻചന്തു കർക്കടകത്തിൽ ചെണ്ടയും തൂക്കി കാലനും വേടനും കൊട്ടിക്കയറുന്ന ഒറ്റ വീടും എന്റെ ചുറ്റുവട്ടത്ത് അവശേഷിക്കുന്നില്ല.

ഇന്ന് ദിനംപ്രതി മുപ്പതോളം കുട്ടികളെ ഞാൻ കണ്ടുകൊണ്ടിരിക്കുന്നുണ്ടെങ്കിലും അതിൽ ഒരെണ്ണം പോലും ഈ പാറ മാമനെ തിരിഞ്ഞുനോക്കാറില്ല. ടെച്ച് മൊബൈലും ടാബ്ലെറ്റും സ്വന്തമായുള്ളപ്പോൾ പുതുതലമുറ പ്രകൃതിയിലേക്ക് തിരിച്ചു വരുമെന്നെനിക്ക് തോന്നുന്നില്ല.''

നാട്ടിലേക്ക് പണം മാത്രമല്ല, മതസൗഹാർദത്തിന്റെ പാഠങ്ങൾകൂടി അയച്ചുകൊടുക്കേണ്ടതുണ്ടെന്നാണ് ഉണർന്നപ്പോൾ എനിക്കു തോന്നിയത്.